T R A N Z L A T Y

La Langue est pour tout le Monde

Tungumál er fyrir alla

Le Manifeste Communiste

Kommúnistastefnuna

Karl Marx
&
Friedrich Engels

Français / Íslenska

Introduction
Kynning

Un spectre hante l'Europe : le spectre du communisme
Draugur ásækir Evrópu - vofa kommúnismans
Toutes les puissances de la vieille Europe ont conclu une sainte alliance pour exorciser ce spectre
Öll stórveldi gömlu Evrópu hafa gengið í heilagt bandalag til að reka þessa vofu út
Le pape et le tsar, Metternich et Guizot, les radicaux français et les espions de la police allemande
Páfi og tsar, Metternich og Guizot, franskir róttæklingar og þýskir lögreglunjósnarar
Où est le parti dans l'opposition qui n'a pas été décrié comme communiste par ses adversaires au pouvoir ?
Hvar er sá flokkur sem er í stjórnarandstöðu sem ekki hefur verið fordæmdur sem kommúnískur af andstæðingum sínum við völd?
Où est l'opposition qui n'a pas rejeté le reproche de marque du communisme contre les partis d'opposition les plus avancés ?
Hvar er sú stjórnarandstaða sem hefur ekki varpað til baka ávirðingum kommúnismans, gegn framsæknari stjórnarandstöðuflokkum?
Et où est le parti qui n'a pas porté l'accusation contre ses adversaires réactionnaires ?
Og hvar er sá flokkur sem hefur ekki sett fram ásakanir á hendur afturhaldssömum andstæðingum sínum?
Deux choses résultent de ce fait
Tvennt leiðir af þessari staðreynd
I. Le communisme est déjà reconnu par toutes les puissances européennes comme étant lui-même une puissance
I. Kommúnismi er þegar viðurkenndur af öllum evrópskum stórveldum að vera sjálfur stórveldi
II. Il est grand temps que les communistes publient ouvertement, à la face du monde entier, leurs vues, leurs buts et leurs tendances

II. Það er kominn tími til að kommúnistar birti opinberlega, andspænis öllum heiminum, skoðanir sínar, markmið og tilhneigingar

ils doivent répondre à ce conte enfantin du spectre du communisme par un manifeste du parti lui-même

þeir verða að mæta þessari barnasögu um vofu kommúnismans með stefnuskrá flokksins sjálfs

À cette fin, des communistes de diverses nationalités se sont réunis à Londres et ont esquissé le manifeste suivant

Í þessu skyni hafa kommúnistar af ýmsum þjóðernum safnast saman í London og teiknað eftirfarandi stefnuskrá

ce manifeste sera publié en anglais, français, allemand, italien, flamand et danois

Yfirlýsing þessi verður gefin út á ensku, frönsku, þýsku, ítölsku, flæmsku og dönsku

Et maintenant, il doit être publié dans toutes les langues proposées par Tranzlaty

Og nú á að gefa það út á öllum þeim tungumálum sem Tranzlaty býður upp á

Les bourgeois et les prolétaires
Borgarastétin og öreigarnir
L'histoire de toutes les sociétés qui ont existé jusqu'à
présent est l'histoire des luttes de classes
Saga allra samfélaga sem hingað til hafa verið til er saga
stéttabaráttu
Homme libre et esclave, patricien et plébéien, seigneur et
serf, maître de guilde et compagnon
Frjáls maður og þræll, ættfaðir og plebei, herra og þjónn,
gildameistari og sveinn
en un mot, oppresseur et opprimé
í einu orði sagt, kúgari og kúgaður
Ces classes sociales étaient en opposition constante les unes
avec les autres
þessar þjóðfélagsstéttir stóðu í stöðugri andstöðu hver við
aðra
Ils se sont battus sans interruption. Maintenant caché,
maintenant ouvert
þeir héldu áfram samfelldri baráttu. Nú falið, nú opið
un combat qui s'est terminé par une reconstitution
révolutionnaire de la société dans son ensemble
baráttu sem annað hvort endaði með byltingarkenndri
endurskipulagningu samfélagsins í heild
ou un combat qui s'est terminé par la ruine commune des
classes en lutte
eða bardaga sem endaði með sameiginlegri eyðileggingu
stéttanna sem deildu um
Jetons un coup d'œil aux époques antérieures de l'histoire
Lítum til baka til fyrri tímaskeiða sögunnar
Nous trouvons presque partout un arrangement compliqué
de la société en divers ordres
Við finnum næstum alls staðar flókið skipulag samfélagsins í
ýmsar skipanir
Il y a toujours eu une gradation multiple du rang social
það hefur alltaf verið margvísleg stigbreyting á félagslegri
stöðu

Dans la Rome antique, nous avons des patriciens, des chevaliers, des plébéiens, des esclaves
Í Róm til forna höfum við feðra, riddara, plebeia, þræla
au Moyen Âge : seigneurs féodaux, vassaux, maîtres de corporation, compagnons, apprentis, serfs
á miðöldum: lénsherrar, hermenn, gildismeistarar, sveinar, lærlingar, þrælar
Dans presque toutes ces classes, encore une fois, les gradations subordonnées
í næstum öllum þessum flokkum, aftur, víkjandi stigskiptingar
La société bourgeoise moderne est née des ruines de la société féodale
Nútíma borgarastéttarsamfélag hefur sprottið upp úr rústum lénssamfélagsins
Mais ce nouvel ordre social n'a pas fait disparaître les antagonismes de classe
en þessi nýja þjóðfélagsskipan hefur ekki útrýmt stéttaandstæðum
Elle n'a fait qu'établir de nouvelles classes et de nouvelles conditions d'oppression
Það hefur aðeins komið á nýjum stéttum og nýjum kúgunarskilyrðum
Il a mis en place de nouvelles formes de lutte à la place des anciennes
það hefur komið á nýjum baráttuformum í stað þeirra gömlu
Cependant, l'époque dans laquelle nous nous trouvons possède un trait distinctif
Hins vegar býr tímabilið sem við erum á yfir sér eitt sérkenni
l'époque de la bourgeoisie a simplifié les antagonismes de classe
tímabil borgarastéttarinnar hefur einfaldað stéttaandstæðurnar
La société dans son ensemble se divise de plus en plus en deux grands camps hostiles

Samfélagið í heild er meira og meira að klofna í tvær stórar
fjandsamlegar fylkingar
**deux grandes classes sociales qui se font directement face : la
bourgeoisie et le prolétariat**
tvær stórar þjóðfélagsstéttir beint andspænis hvor annarri:
Borgarastétt og verkalýður
**Des serfs du Moyen Âge sont sortis les bourgeois agréés des
premières villes**
Frá þrælum miðalda spruttu löggiltir borgarar elstu bæjanna
**C'est à partir de ces bourgeois que se sont développés les
premiers éléments de la bourgeoisie**
Frá þessum borgarafundum þróuðust fyrstu þættir
borgarastéttarinnar
La découverte de l'Amérique et le contournement du Cap
Uppgötvun Ameríku og umferð Höfða
**ces événements ont ouvert un nouveau terrain à la
bourgeoisie montante**
þessir atburðir opnuðu nýjan jarðveg fyrir hina rísandi
borgarastétt
**Les marchés des Indes orientales et de la Chine, la
colonisation de l'Amérique, le commerce avec les colonies**
Austur-indverskir og kínverskir markaðir, nýlenduveldi
Ameríku, viðskipti við nýlendurnar
**l'augmentation des moyens d'échange et des marchandises
en général**
Aukning á gjaldmiðlum og vöru almennt
**Ces événements donnèrent au commerce, à la navigation et à
l'industrie une impulsion jamais connue jusque-là**
þessir atburðir gáfu verslun, siglingum og iðnaði hvata sem
aldrei áður hafði þekkst
**Elle a donné un développement rapide à l'élément
révolutionnaire dans la société féodale chancelante**
það gaf byltingarþættinum í hinu hrörlega feudal samfélagi
hraða þróun
**Les guildes fermées avaient monopolisé le système féodal de
la production industrielle**

lokuð guild höfðu einokað feudal kerfi iðnaðarframleiðslu
Mais cela ne suffisait plus aux besoins croissants des nouveaux marchés
en það dugði ekki lengur til vaxandi þarfa hinna nýju markaða
Le système manufacturier a pris la place du système féodal de l'industrie
Framleiðslukerfið kom í stað feudal iðnaðarkerfisins
Les maîtres de guilde étaient poussés d'un côté par la classe moyenne manufacturière
Guild-meistaranum var ýtt til hliðar af miðstéttinni í framleiðslu
La division du travail entre les différentes corporations a disparu
Verkaskipting milli hinna ýmsu fyrirtækjafélaga hvarf
La division du travail s'infiltrait dans chaque atelier
verkaskiptingin smeygði sér inn í hvert einasta verkstæði
Pendant ce temps, les marchés ne cessaient de croître et la demande ne cessait d'augmenter
Á meðan héldu markaðir áfram að vaxa og eftirspurnin sífellt vaxandi
Même les usines ne suffisaient plus à répondre à la demande
Jafnvel verksmiðjur dugðu ekki lengur til að mæta kröfunum
À partir de là, la vapeur et les machines ont révolutionné la production industrielle
Í kjölfarið gjörbylti gufa og vélar iðnaðarframleiðslu
La place de fabrication a été prise par le géant de l'industrie moderne
Framleiðslustaðurinn var tekinn af risastóru, nútíma iðnaði
La place de la classe moyenne industrielle a été prise par des millionnaires industriels
Sæti iðnaðarmillistéttarinnar var tekið af iðnaðarmilljónamæringum
la place de chefs d'armées industrielles entières ont été prises par la bourgeoisie moderne

stöðu leiðtoga heilla iðnaðarherja var tekin af nútíma
borgarastétt
**la découverte de l'Amérique a ouvert la voie à l'industrie
moderne pour établir le marché mondial**
uppgötvun Ameríku ruddi brautina fyrir nútíma iðnað til að
koma á heimsmarkaði
**Ce marché donna un immense développement au commerce,
à la navigation et aux communications par terre**
Þessi markaður gaf gríðarlega þróun í viðskiptum, siglingum
og samskiptum á landi
**Cette évolution a, en son temps, réagi à l'extension de
l'industrie**
Þessi þróun hefur á sínum tíma haft áhrif á útbreiðslu
iðnaðarins
**elle a réagi proportionnellement à l'expansion de l'industrie
et à l'extension du commerce, de la navigation et des
chemins de fer**
það brást við í réttu hlutfalli við það hvernig iðnaðurinn
stækkaði og hvernig verslun, siglingar og járnbrautir
breiddust út
**dans la même proportion que la bourgeoisie s'est
développée, elle a augmenté son capital**
í sama hlutfalli og borgarastéttin þróaðist, juku þeir fjármagn
sitt
**et la bourgeoisie a relégué à l'arrière-plan toutes les classes
héritées du Moyen Âge**
og borgarastéttin ýtti öllum stéttum frá miðöldum í
bakgrunninn
**c'est pourquoi la bourgeoisie moderne est elle-même le
produit d'un long développement**
þess vegna er nútíma borgarastétt sjálf afrakstur langrar
þróunar
**On voit qu'il s'agit d'une série de révolutions dans les
modes de production et d'échange**
við sjáum að þetta er röð byltinga í framleiðslu- og
skiptiháttum

**Chaque étape du développement de la bourgeoisie
s'accompagnait d'une avancée politique correspondante**

Hverju skrefi þróunarborgarastéttarinnar fylgdu samsvarandi
pólitískar framfarir

Une classe opprimée sous l'emprise de la noblesse féodale

Kúguð stétt undir stjórn lénsaðalsmanna

**Une association armée et autonome dans la commune
médiévale**

vopnað og sjálfstjórnarfélag í miðaldakommúnunni

**ici, une république urbaine indépendante (comme en Italie
et en Allemagne)**

hér sjálfstætt borgarlýðveldi (eins og á Ítalíu og Þýskalandi)

**là, un « tiers état » imposable de la monarchie (comme en
France)**

þar, skattskyld "þriðja ríki" konungsveldisins (eins og í
Frakklandi)

par la suite, dans la période de fabrication proprement dite

eftir það, á eiginlegu framleiðslutímabili

**la bourgeoisie servait soit la monarchie semi-féodale, soit la
monarchie absolue**

borgarastéttin þjónaði annað hvort hálf-feudal eða algjöru
konungsveldinu

ou bien la bourgeoisie faisait contrepoids à la noblesse

eða borgarastéttin virkaði sem mótvægi gegn aðalsmönnum

**et, en fait, la bourgeoisie était une pierre angulaire des
grandes monarchies en général**

og í raun var borgarastéttin hornsteinn stórveldanna almennt

**mais l'industrie moderne et le marché mondial se sont
établis depuis lors**

en nútímaiðnaðurinn og heimsmarkaðurinn hefur fest sig í
sessi síðan

**et la bourgeoisie s'est emparée de l'emprise politique
exclusive**

og borgarastéttin hefur sigrað sér pólitísk völd

**elle a obtenu cette influence politique à travers l'État
représentatif moderne**

það náði þessum pólitísku yfirráðum í gegnum nútíma
fulltrúaríki

**Les exécutifs de l'État moderne ne sont qu'un comité de
gestion**
Framkvæmdastjórar nútímaríkisins eru aðeins
stjórnunarnefnd
et ils gèrent les affaires communes de toute la bourgeoisie
og þeir stjórna sameiginlegum málefnum allrar
borgarastéttarinnar
**La bourgeoisie, historiquement, a joué un rôle des plus
révolutionnaires**
Borgarastéttin hefur sögulega gegnt byltingarkenndu
hlutverki
**Partout où elle a pris le dessus, elle a mis fin à toutes les
relations féodales, patriarcales et idylliques**
Hvar sem það náði yfirhöndinni, batt það enda á öll léns-,
feðraveldis- og friðsæl samskipti
**Elle a impitoyablement déchiré les liens féodaux hétéroclites
qui liaient l'homme à ses « supérieurs naturels »**
Það hefur miskunnarlaust slitið í sundur þau brotakenndu
lénsbönd sem bundu manninn við "náttúrulega yfirmenn" sína
**et il n'y a plus de lien entre l'homme et l'homme, si ce n'est
l'intérêt personnel**
og hún hefur ekki skilið eftir nein tengsl milli manns og
manns, önnur en nakin eiginhagsmunatengsl
**Les relations de l'homme entre eux ne sont plus qu'un «
paiement en espèces » impitoyable**
Samskipti mannsins sín á milli eru orðin að öðru en
kaldranalegri "peningagreiðslu"
**Elle a noyé les extases les plus célestes de la ferveur
religieuse**
Það hefur drekkt himneskri alsælu trúareldmóðs
**elle a noyé l'enthousiasme chevaleresque et le
sentimentalisme philistin**
það hefur drekkt riddaralegum eldmóði og tilfinningasemi
filistea

Il a noyé ces choses dans l'eau glacée du calcul égoïste
það hefur drekkt þessum hlutum í ísköldu vatni sjálfhverfra
útreikninga
Il a transformé la valeur personnelle en valeur échangeable
Það hefur leyst persónulegt virði í skiptanlegt verðmæti
elle a remplacé les innombrables et inaliénables libertés
garanties par la Charte
það hefur komið í stað óteljandi og óumflýjanlegs lögbundins
frelsis
et il a mis en place une liberté unique et inadmissible ;
Libre-échange
og það hefur komið á einu, samviskulausu frelsi; Fríverslun
En un mot, il l'a fait pour l'exploitation
Í einu orði sagt, það hefur gert þetta til arðráns
Une exploitation voilée par des illusions religieuses et
politiques
arðrán hulið trúarlegum og pólitískum blekkingum
l'exploitation voilée par une exploitation nue, éhontée,
directe, brutale
Arðrán hulin naktri, blygðunarlausri, beinni og hrottalegri
misnotkun
la bourgeoisie a enlevé l'auréole de toutes les occupations
jusque-là honorées et vénérées
borgarastéttin hefur svipt geislabaug af öllum áður virtum og
virtum störfum
le médecin, l'avocat, le prêtre, le poète et l'homme de science
læknirinn, lögfræðingurinn, presturinn, skáldið og
vísindamaðurinn
Il a converti ces travailleurs distingués en ses travailleurs
salariés
það hefur breytt þessum virtu verkamönnum í launaða
launamenn sína
La bourgeoisie a déchiré le voile sentimental de la famille
Borgarastéttin hefur rifið tilfinningablæjuna af fjölskyldunni
et elle a réduit la relation familiale à une simple relation
d'argent

og það hefur minnkað fjölskyldutengslin niður í peningatengsl
la brutale démonstration de vigueur au Moyen Âge que les réactionnaires admirent tant
hrottalega sýning á þrótti á miðöldum sem afturhaldssinnar dást svo mikið að
Même cela a trouvé son complément approprié dans l'indolence la plus paresseuse
jafnvel þetta fann viðeigandi viðbót í letilegustu leti
La bourgeoisie a révélé comment tout cela s'est passé
Borgarastéttin hefur upplýst hvernig allt þetta gerðist
La bourgeoisie a été la première à montrer ce que l'activité de l'homme peut produire
Borgarastéttin hefur verið fyrst til að sýna fram á hvað athafnir mannsins geta komið til leiðar
Il a accompli des merveilles surpassant de loin les pyramides égyptiennes, les aqueducs romains et les cathédrales gothiques
Það hefur afrekað kraftaverk langt umfram egypska pýramída, rómverskar vatnsleiðslur og gotneskar dómkirkjur
et il a mené des expéditions qui ont mis dans l'ombre tous les anciens Exodes des nations et les croisades
og það hefur staðið fyrir leiðöngrum sem setja í skugga allra fyrrverandi Exoduses þjóða og krossferða
La bourgeoisie ne peut exister sans révolutionner sans cesse les instruments de production
Borgarastéttin getur ekki verið til án þess að umbylta stöðugt framleiðslutækjunum
et par conséquent elle ne peut exister sans ses rapports à la production
og þar með getur hún ekki verið til án tengsla við framleiðsluna
et donc elle ne peut exister sans ses relations avec la société
og þess vegna getur hún ekki verið til án tengsla við samfélagið
Toutes les classes industrielles antérieures avaient une condition en commun

Allar fyrri iðnstéttir áttu eitt sameiginlegt ástand
**Ils s'appuyaient sur la conservation des anciens modes de
production**
þeir treystu á varðveislu gömlu framleiðsluaðferðanna
**mais la bourgeoisie a apporté avec elle une dynamique tout
à fait nouvelle**
en borgarastéttin hafði með sér alveg nýja virkni
**Révolution constante de la production et perturbation
ininterrompue de toutes les conditions sociales**
Stöðug bylting framleiðslu og óslitin röskun á öllum
félagslegum aðstæðum
**cette incertitude et cette agitation perpétuelles distinguent
l'époque bourgeoise de toutes les époques antérieures**
þessi eilífa óvissa og æsingur aðgreinir borgarastéttartímabilið
frá öllum fyrri tímabilum
**Les relations antérieures avec la production
s'accompagnaient de préjugés et d'opinions anciens et
vénérables**
fyrri samskiptum við framleiðsluna fylgdu fornir og virðulegir
fordómar og skoðanir
**Mais toutes ces relations figées et figées sont balayées d'un
revers de main**
En öllum þessum föstu, fastfrosnu samskiptum er sópað burt
**Toutes les relations nouvellement formées deviennent
archaïques avant de pouvoir s'ossifier**
Öll nýmynduð tengsl verða úrelt áður en þau geta
beinbrotnað
**Tout ce qui est solide se fond dans l'air, et tout ce qui est
saint est profané**
Allt sem er fast bráðnar í loft og allt sem heilagt er vanhelgað
**L'homme est enfin forcé de faire face, avec des sens sobres, à
ses conditions réelles de vie**
Maðurinn neyðist loksins til að horfast í augu við raunveruleg
lífsskilyrði sín með skynsemi
et il est obligé de faire face à ses relations avec les siens

og hann neyðist til að horfast í augu við samskipti sín við sína tegund

La bourgeoisie a constamment besoin d'élargir ses marchés pour ses produits

Borgarastéttin þarf stöðugt að stækka markaði sína fyrir vörur sínar

et, à cause de cela, la bourgeoisie est poursuivie sur toute la surface du globe

og vegna þessa er borgarastéttin elt um allt yfirborð jarðar

La bourgeoisie doit se nicher partout, s'installer partout, établir des liens partout

Borgarastéttin verður að hreiðra um sig alls staðar, setjast að alls staðar, koma á tengslum alls staðar

La bourgeoisie doit créer des marchés dans tous les coins du monde pour exploiter

Borgarastéttin verður að skapa markaði í hverju horni heimsins til að arðræna

La production et la consommation dans tous les pays ont reçu un caractère cosmopolite

Framleiðsla og neysla í hverju landi hefur fengið heimsborgaralegt yfirbragð

le chagrin des réactionnaires est palpable, mais il s'est poursuivi malgré tout

gremja afturhaldssinna er áþreifanleg, en hún hefur haldið áfram engu að síður

La bourgeoisie a tiré de dessous les pieds de l'industrie le terrain national sur lequel elle se trouvait

Borgarastéttin hefur dregið undir fótum iðnaðarins þann þjóðargrundvöll sem hún stóð á

Toutes les anciennes industries nationales ont été détruites, ou sont détruites chaque jour

allar gamlar þjóðaratvinnugreinar hafa verið eyðilagðar eða eru daglega eyðilagðar

Toutes les anciennes industries nationales sont délogées par de nouvelles industries

Allar gamlar þjóðaratvinnugreinar eru hraknar af nýjum
atvinnugreinum
**Leur introduction devient une question de vie ou de mort
pour toutes les nations civilisées**
innleiðing þeirra verður spurning upp á líf og dauða fyrir allar
siðmenntaðar þjóðir
**Ils sont délogés par les industries qui ne travaillent plus la
matière première indigène**
þeir eru hraknir af iðnaði sem vinnur ekki lengur upp innlent
hráefni
**Au lieu de cela, ces industries extraient des matières
premières des zones les plus reculées**
Þess í stað draga þessar atvinnugreinar hráefni frá
afskekktustu svæðum
**dont les produits sont consommés, non seulement chez
nous, mais dans tous les coins du monde**
atvinnugreinar þar sem afurða er neytt, ekki aðeins heima,
heldur í öllum heimsfjórðungum
**À la place des anciens besoins, satisfaits par les productions
du pays, nous trouvons de nouveaux besoins**
Í stað hinna gömlu þarfa, fullnægt af framleiðslu landsins,
finnum við nýjar þarfir
**Ces nouveaux besoins exigent pour leur satisfaction les
produits des pays et des climats lointains**
Þessar nýju þarfir þurfa til að fullnægja afurðum fjarlægra
landa og loftslaga
**À la place de l'ancien isolement et de l'autosuffisance locaux
et nationaux, nous avons le commerce**
Í stað hinnar gömlu staðbundnu og þjóðlegu einangrunar og
sjálfsbjargarviðleitni höfum við viðskipti
**les échanges internationaux dans toutes les directions ;
l'interdépendance universelle des nations**
alþjóðleg skipti í allar áttir; Alhliða gagnkvæmt háð þjóða
**Et de même que nous sommes dépendants des matériaux,
nous sommes dépendants de la production intellectuelle**

og rétt eins og við erum háð efnum, þannig erum við háð vitsmunalegri framleiðslu

Les créations intellectuelles des nations individuelles deviennent la propriété commune

Vitsmunaleg sköpun einstakra þjóða verður sameiginleg eign

L'unilatéralité nationale et l'étroitesse d'esprit deviennent de plus en plus impossibles

Einhliða og þröngsýni þjóðarinnar verða sífellt ómögulegari

et des nombreuses littératures nationales et locales, surgit une littérature mondiale

og af hinum fjölmörgu innlendum og staðbundnum bókmenntum sprettur heimsbókmenntir

par l'amélioration rapide de tous les instruments de production

með skjótum framförum allra framleiðslutækja

par les moyens de communication immensément facilités

með gríðarlega auðvelduðum samskiptaleiðum

La bourgeoisie entraîne tout le monde (même les nations les plus barbares) dans la civilisation

Borgarastéttin dregur alla (jafnvel villimannlegustu þjóðirnar) inn í siðmenninguna

Les prix bon marché de ses marchandises ; l'artillerie lourde qui abat toutes les murailles chinoises

Ódýrt verð á vörum þess; stórskotaliðið sem berst niður alla kínverska múra

La haine obstinée des barbares contre les étrangers est forcée de capituler

Ákaflega þrjóskt hatur barbaranna á útlendingum neyðist til að gefast upp

Elle oblige toutes les nations, sous peine d'extinction, à adopter le mode de production bourgeois

Hún neyðir allar þjóðir, að viðlögðu útrýmingu, til að taka upp framleiðsluhætti borgarastéttarinnar

elle les oblige à introduire ce qu'elle appelle la civilisation en leur sein

það neyðir þá til að kynna það sem hún kallar siðmenningu
mitt á meðal þeirra
**La bourgeoisie force les barbares à devenir eux-mêmes
bourgeois**
Borgarastéttin neyðir villimennina til að gerast sjálfir
borgarastéttir
en un mot, la bourgeoisie crée un monde à son image
í einu orði sagt, borgarastéttin skapar heim eftir sinni eigin
mynd
**La bourgeoisie a soumis les campagnes à la domination des
villes**
Borgarastéttin hefur lagt sveitirnar undir stjórn bæjanna
**Il a créé d'énormes villes et considérablement augmenté la
population urbaine**
Það hefur skapað gríðarstórar borgir og fjölgað íbúum í
þéttbýli til muna
**Il a sauvé une partie considérable de la population de
l'idiotie de la vie rurale**
það bjargaði töluverðum hluta íbúanna frá fávisku
sveitalífsins
mais elle a rendu les ruraux dépendants des villes
en það hefur gert þá sem búa á landsbyggðinni háðir
bæjunum
**et de même, elle a rendu les pays barbares dépendants des
pays civilisés**
og sömuleiðis hefur það gert villimannalöndin háð hinum
siðmenntuðu
**nations paysannes sur nations bourgeoises, l'Orient sur
Occident**
þjóðir bænda á þjóðir borgarastéttar, austur á vestur
**La bourgeoisie se débarrasse de plus en plus de
l'éparpillement de la population**
Borgarastéttin afnemur sífellt dreift ástand íbúanna
**Il a une production agglomérée et a concentré la propriété
entre quelques mains**

Það hefur þétt framleiðslu og hefur samþjappað eignum á fáum höndum

La conséquence nécessaire de cela a été la centralisation politique

Nauðsynleg afleiðing þessa var pólitísk miðstýring

Il y avait eu des nations indépendantes et des provinces vaguement reliées entre elles

það höfðu verið sjálfstæðar þjóðir og lauslega tengd héruð

Ils avaient des intérêts, des lois, des gouvernements et des systèmes d'imposition distincts

þeir höfðu aðskilda hagsmuni, lög, stjórnvöld og skattkerfi

Mais ils ont été regroupés en une seule nation, avec un seul gouvernement

En þeim hefur verið steypt saman í eina þjóð, með einni ríkisstjórn

Ils ont maintenant un intérêt de classe national, une frontière et un tarif douanier

þeir hafa nú eina þjóðarhagsmuni, eitt landamæri og einn toll

Et cet intérêt de classe national est unifié sous un seul code de loi

og þessir þjóðarhagsmunir eru sameinaðir í einum lagakóða

la bourgeoisie a accompli beaucoup de choses au cours de son règne d'à peine cent ans

borgarastéttin hefur áorkað miklu á stjórn sinni í tæp hundrað ár

forces productives plus massives et plus colossales que toutes les générations précédentes réunies

Massameiri og gríðarlegri framleiðsluöfl en allar fyrri kynslóðir saman

Les forces de la nature sont soumises à la volonté de l'homme et de ses machines

Kraftar náttúrunnar eru undirokaðir vilja mannsins og véla hans

La chimie s'applique à toutes les formes d'industrie et à tous les types d'agriculture

Efnafræði er beitt á hvers kyns iðnað og tegundir landbúnaðar

**la navigation à vapeur, les chemins de fer, les télégraphes
électriques et l'imprimerie**
gufusiglingar, járnbrautir, rafsímar og prentvél
**défrichement de continents entiers pour la culture,
canalisation des rivières**
hreinsun heilu heimsálfanna til ræktunar, skurðamyndun áa
**Des populations entières ont été extirpées du sol et mises au
travail**
heilu stofnarnir hafa verið töfraðir upp úr jörðinni og settir í
vinnu
**Quel siècle précédent avait ne serait-ce qu'un pressentiment
de ce qui pourrait être déchaîné ?**
Hvaða fyrri öld hafði yfirhöfuð fyrirboða um hvað hægt væri
að leysa úr læðingi?
**Qui aurait prédit que de telles forces productives
sommeillaient dans le giron du travail social ?**
Hver spáði því að slík framleiðsluöfl blunduðu í kjöltu
félagslegrar vinnu?
**Nous voyons donc que les moyens de production et
d'échange ont été générés dans la société féodale**
Við sjáum þá að framleiðslu- og skiptitækin urðu til í
lénssamfélaginu
**les moyens de production sur la base desquels la
bourgeoisie s'est construite**
framleiðslutækin sem borgarastéttin byggði sig á
**À un certain stade du développement de ces moyens de
production et d'échange**
Á ákveðnu stigi í þróun þessara framleiðslu- og skiptatækja
**les conditions dans lesquelles la société féodale produisait et
échangeait**
við hvaða aðstæður lénssamfélagið framleiddi og skiptist á
**L'organisation féodale de l'agriculture et de l'industrie
manufacturière**
Lénsskipulag landbúnaðar og framleiðsluiðnaðar
**Les rapports féodaux de propriété n'étaient plus compatibles
avec les conditions matérielles**

lénstengsl eigna samrýmdust ekki lengur efnislegum
skilyrðum
Ils devaient être brisés, alors ils ont été brisés
Það varð að springa þá í sundur, svo þeir sprungu í sundur
**À leur place s'est ajoutée la libre concurrence des forces
productives**
Í þeirra stað steig frjáls samkeppni frá framleiðsluöflunum
**et ils étaient accompagnés d'une constitution sociale et
politique adaptée à celle-ci**
og þeim fylgdi félagsleg og pólitísk stjórnarskrá sem var
aðlöguð að henni
**et elle s'accompagnait de l'emprise économique et politique
de la classe bourgeoise**
og því fylgdi efnahagsleg og pólitísk yfirráð
borgarastéttarinnar
**Un mouvement similaire est en train de se produire sous nos
yeux**
Svipuð hreyfing er í gangi fyrir augum okkar
**La société bourgeoise moderne avec ses rapports de
production, d'échange et de propriété**
Nútíma borgarastéttarsamfélag með framleiðslu-, skipta- og
eignatengslum
**une société qui a inventé des moyens de production et
d'échange aussi gigantesques**
samfélag sem hefur töfrað fram svo risavaxnar framleiðslu- og
skiptileiðir
**C'est comme le sorcier qui a invoqué les puissances de l'au-
delà**
Það er eins og galdramaðurinn sem kallaði fram krafta
undirheimsins
**Mais il n'est plus capable de contrôler ce qu'il a mis au
monde**
en hann er ekki lengur fær um að stjórna því sem hann hefur
komið með í heiminn
**Pendant de nombreuses décennies, l'histoire a été liée par
un fil conducteur**

Í marga áratugi var sagan bundin saman af sameiginlegum
þræði
**L'histoire de l'industrie et du commerce n'a été que l'histoire
des révoltes**
Saga iðnaðar og viðskipta hefur aðeins verið saga uppreisna
**Les révoltes des forces productives modernes contre les
conditions modernes de production**
Uppreisnir nútíma framleiðsluafla gegn nútíma
framleiðsluskilyrðum
**Les révoltes des forces productives modernes contre les
rapports de propriété**
Uppreisnir nútíma framleiðsluafla gegn eignasamskiptum
**ces rapports de propriété sont les conditions de l'existence
de la bourgeoisie**
þessi eignatengsl eru skilyrði fyrir tilveru borgarastéttarinnar
**et l'existence de la bourgeoisie détermine les règles des
rapports de propriété**
og tilvist borgarastéttarinnar ákvarðar reglur um eignatengsl
**Il suffit de mentionner le retour périodique des crises
commerciales**
Það er nóg að minnast á reglubundna endurkomu
viðskiptakreppu
**chaque crise commerciale est plus menaçante pour la société
bourgeoise que la précédente**
hver viðskiptakreppa er meiri ógn við
borgarastéttarsamfélagið en sú síðasta
**Dans ces crises, une grande partie des produits existants sont
détruits**
Í þessum kreppum eyðileggst stór hluti þeirra afurða sem fyrir
eru
**Mais ces crises détruisent aussi les forces productives créées
précédemment**
En þessar kreppur eyðileggja einnig framleiðsluöflin sem áður
hafa skapast
**Dans toutes les époques antérieures, ces épidémies auraient
semblé une absurdité**

Á öllum fyrri tímum hefðu þessir faraldrar virst fáránleiki

parce que ces épidémies sont les crises commerciales de la surproduction

vegna þess að þessir faraldrar eru viðskiptakreppur offramleiðslu

La société se trouve soudain remise dans un état de barbarie momentanée

Samfélagið er skyndilega komið aftur í augnabliks villimennsku

comme si une guerre universelle de dévastation avait coupé tous les moyens de subsistance

eins og allsherjarstríð eyðileggingar hefði lokað fyrir allar lífsviðurværisleiðir

l'industrie et le commerce semblent avoir été détruits ; Et pourquoi ?

iðnaður og verslun virðast hafa verið eyðilögð; og hvers vegna?

Parce qu'il y a trop de civilisation et de moyens de subsistance

Vegna þess að það er of mikil siðmenning og lífsviðurværi

et parce qu'il y a trop d'industrie et trop de commerce

og vegna þess að það er of mikill iðnaður og of mikil verslun

Les forces productives à la disposition de la société ne développent plus la propriété bourgeoise

Framleiðsluöflin sem samfélagið hefur yfir að ráða þróa ekki lengur eignir borgarastéttarinnar

au contraire, ils sont devenus trop puissants pour ces conditions, par lesquelles ils sont enchaînés

þvert á móti eru þeir orðnir of öflugir fyrir þessar aðstæður, sem þeir eru fjötraðir af

dès qu'ils surmontent ces entraves, ils mettent le désordre dans toute la société bourgeoise

um leið og þeir sigrast á þessum fjötrum koma þeir óreiðu inn í allt borgarastéttarsamfélagið

et les forces productives mettent en danger l'existence de la propriété bourgeoise

og framleiðsluöflin stofna tilvist borgarastéttarinnar í hættu

Les conditions de la société bourgeoise sont trop étroites pour englober les richesses qu'elles créent

Aðstæður borgarastéttarsamfélagsins eru of þröngar til að samanstanda af þeim auði sem þær skapa

Et comment la bourgeoisie surmonte-t-elle ces crises ?

Og hvernig kemst borgarastéttin yfir þessar kreppur?

D'une part, elle surmonte ces crises par la destruction forcée d'une masse de forces productives

Annars vegar sigrast hún á þessum kreppum með þvingaðri eyðileggingu fjölda framleiðsluafla

D'autre part, elle surmonte ces crises par la conquête de nouveaux marchés

Á hinn bóginn sigrar það þessar kreppur með því að leggja undir sig nýja markaði

et elle surmonte ces crises par l'exploitation plus poussée des anciennes forces productives

og það sigrast á þessum kreppum með því að arðræna gömlu framleiðsluöflin

C'est-à-dire en ouvrant la voie à des crises plus étendues et plus destructrices

Það er að segja með því að ryðja brautina fyrir umfangsmeiri og eyðileggjandi kreppur

elle surmonte la crise en diminuant les moyens de prévention des crises

það sigrast á kreppunni með því að draga úr þeim leiðum sem hægt er að koma í veg fyrir kreppur

Les armes avec lesquelles la bourgeoisie a abattu le féodalisme sont maintenant retournées contre elle-même

Vopnin sem borgarastéttin notaði til að fella feudalisma til jarðar snúast nú gegn sjálfri sér

Mais non seulement la bourgeoisie a-t-elle forgé les armes qui lui apportent la mort

En borgarastéttin hefur ekki aðeins smíðað vopnin sem færa henni dauða

Il a également appelé à l'existence les hommes qui doivent manier ces armes

það hefur einnig kallað fram mennina sem eiga að beita þessum vopnum

Et ces hommes sont la classe ouvrière moderne ; Ce sont les prolétaires

og þessir menn eru nútíma verkalýðsstétt; þeir eru öreigarnir

À mesure que la bourgeoisie se développe, le prolétariat se développe dans la même proportion

Í sama hlutfalli og borgarastéttin þróast, þróast öreigastéttin í sama hlutfalli

La classe ouvrière moderne a développé une classe d'ouvriers

Nútíma verkalýðsstétt þróaði stétt verkamanna

Cette classe d'ouvriers ne vit que tant qu'elle trouve du travail

Þessi stétt verkamanna lifir aðeins svo lengi sem þeir fá vinnu

et ils ne trouvent de travail qu'aussi longtemps que leur travail augmente le capital

og þeir fá aðeins vinnu svo lengi sem vinna þeirra eykur fjármagn

Ces ouvriers, qui doivent se vendre à la pièce, sont une marchandise

Þessir verkamenn, sem verða að selja sig smátt og smátt, eru verslunarvara

Ces ouvriers sont comme tous les autres articles de commerce

þessir verkamenn eru eins og hver önnur verslunargrein

et, par conséquent, ils sont exposés à toutes les vicissitudes de la concurrence

og þar af leiðandi verða þeir berskjaldaðir fyrir öllum hverfulleikum samkeppninnar

Ils doivent faire face à toutes les fluctuations du marché

þeir verða að standast allar sveiflur markaðarins

En raison de l'utilisation intensive des machines et de la division du travail

Vegna mikillar notkunar véla og verkaskiptingar
Le travail des prolétaires a perdu tout caractère individuel
Verk öreiganna hafa glataŏ öllum einstaklingseinkennum
**et, par conséquent, le travail des prolétaires a perdu tout
charme pour l'ouvrier**
og þar af leiŏandi hafa verk öreiganna misst allan þokka fyrir
verkamanninn
**Il devient un appendice de la machine, plutôt que l'homme
qu'il était autrefois**
Hann verŏur viŏhengi vélarinnar, frekar en maŏurinn sem
hann var einu sinni
**On n'exige de lui que l'habileté la plus simple, la plus
monotone et la plus facile à acquérir**
Aŏeins einfaldasta, einhæfasta og auŏveldasta hæfileika hans
er krafist af honum
Par conséquent, le coût de production d'un ouvrier est limité
Þess vegna er framleiŏslukostnaŏur verkamanns takmarkaŏur
**elle se limite presque entièrement aux moyens de
subsistance dont il a besoin pour son entretien**
þaŏ er nánast eingöngu bundiŏ viŏ þau lífsviŏurværi sem
hann þarfnast til framfærslu sinnar
**et elle est limitée aux moyens de subsistance dont il a besoin
pour la propagation de sa race**
og þaŏ er takmarkaŏ viŏ lífsviŏurværiŏ sem hann þarfnast til
aŏ fjölga kynþætti sínum
**Mais le prix d'une marchandise, et par conséquent aussi du
travail, est égal à son coût de production**
En verŏ vöru og þar af leiŏandi vinnuafls er jafnt
framleiŏslukostnaŏi hennar
**C'est pourquoi, à mesure que le travail répugnant augmente,
le salaire diminue**
Í réttu hlutfalli viŏ þaŏ sem fráhrindandi starfiŏ eykst, lækka
launin
**Bien plus, le caractère répugnant de son travail augmente à
un rythme encore plus grand**
Nei, fráhrindandi verk hans aukast enn hraŏar

À mesure que l'utilisation des machines et la division du travail augmentent, le fardeau du labeur augmente également

Eftir því sem notkun véla og verkaskipting eykst, eykst erfiðisbyrðin

La charge de travail est augmentée par la prolongation du temps de travail

Álag stritsins eykst með lengingu vinnutíma

On attend plus de l'ouvrier dans le même temps qu'auparavant

Meira er ætlast til af verkamanninum á sama tíma og áður

Et bien sûr, le poids du labeur est augmenté par la vitesse de la machine

og auðvitað eykst byrði erfiðisins með hraða vélanna

L'industrie moderne a transformé le petit atelier du maître patriarcal en la grande usine du capitaliste industriel

Nútímaiðnaður hefur breytt litlu verkstæði feðraveldismeistarans í hina miklu verksmiðju iðnaðarkapítalistans

Des masses d'ouvriers, entassés dans l'usine, s'organisent comme des soldats

Fjöldi verkamanna, sem hópast saman í verksmiðjunni, er skipulagður eins og hermenn

En tant que simples soldats de l'armée industrielle, ils sont placés sous le commandement d'une hiérarchie parfaite d'officiers et de sergents

Sem hermenn iðnaðarhersins eru þeir settir undir stjórn fullkomins stigveldis foringja og liðþjálfa

ils ne sont pas seulement les esclaves de la classe bourgeoise et de l'État

þeir eru ekki aðeins þrælar borgarastéttarinnar og ríkisins

Mais ils sont aussi asservis quotidiennement et d'heure en heure par la machine

en þeir eru líka daglega og á klukkutíma fresti þrælkaðir af vélinni

ils sont asservis par le surveillant, et surtout par le fabricant bourgeois lui-même

þeir eru hnepptir í þrældóm af áhorfandanum og umfram allt af hinum einstaka borgarastéttarframleiðanda sjálfum

Plus ce despotisme proclame ouvertement que le gain est sa fin et son but, plus il est mesquin, plus haïssable et plus aigri

Því opinskárra sem þessi einræðisstefna lýsir því yfir að ávinningur sé markmið hans og markmið, því smávægilegri, því hatursfyllri og bitrari er hún

Plus l'industrie moderne se développe, moins les différences entre les sexes sont grandes

Því meira sem nútímaiðnaður þróast, því minni er munurinn á kynjunum

Moins le travail manuel exige d'habileté et d'effort de force, plus le travail des hommes est supplanté par celui des femmes

Því minni sem kunnátta og áreynsla af kröftum felst í líkamlegri vinnu, því meira er vinna karla leyst af stað kvenna

Les différences d'âge et de sexe n'ont plus de validité sociale distincte pour la classe ouvrière

Aldurs- og kynmunur hefur ekki lengur neitt sérstakt félagslegt gildi fyrir verkalýðinn

Tous sont des instruments de travail, plus ou moins coûteux à utiliser, selon leur âge et leur sexe

Allt eru þau vinnutæki, meira eða minna dýr í notkun, eftir aldri og kyni

dès que l'ouvrier reçoit son salaire en espèces, il est attaqué par les autres parties de la bourgeoisie

um leið og verkamaðurinn fær laun sín í peningum, þá er hann settur á hann af öðrum hlutum borgarastéttarinnar

le propriétaire, le commerçant, le prêteur sur gages, etc

leigusala, verslunareigandi, veðlánasali o.s.frv

Les couches inférieures de la classe moyenne ; les petits commerçants et les commerçants

Lægri lög millistéttarinnar; smáverslunarfólkið og
verslunareigendurnir
les commerçants retraités en général, et les artisans et les
paysans
iðnaðarmenn á eftirlaunum almennt, og handverksmenn og
bændur
tout cela s'enfonce peu à peu dans le prolétariat
allt þetta sökkva smám saman í öreigastéttina
en partie parce que leur petit capital ne suffit pas à l'échelle
sur laquelle l'industrie moderne est exercée
að hluta til vegna þess að lítið fjármagn þeirra nægir ekki fyrir
þann mælikvarða sem nútímaiðnaður er rekinn á
et parce qu'elle est submergée par la concurrence avec les
grands capitalistes
og vegna þess að það er kaffært í samkeppni við
stórkapítalista
en partie parce que leur savoir-faire spécialisé est rendu sans
valeur par les nouvelles méthodes de production
að hluta til vegna þess að sérhæfð kunnátta þeirra er einskis
virði með nýjum framleiðsluaðferðum
Ainsi le prolétariat se recrute dans toutes les classes de la
population
Þannig er öreigastéttin ráðin úr öllum stéttum íbúanna
Le prolétariat passe par différents stades de développement
Verkalýðurinn gengur í gegnum ýmis þróunarstig
Avec sa naissance commence sa lutte contre la bourgeoisie
Með fæðingu hennar hefst baráttan við borgarastéttina
Dans un premier temps, la lutte est menée par des ouvriers
individuels
Í fyrstu er keppnin háð af einstökum verkamönnum
Ensuite, le concours est mené par les ouvriers d'une usine
síðan er keppnin haldin áfram af verkamönnum
verksmiðjunnar
Ensuite, la lutte est menée par les agents d'un métier, dans
une localité

síðan er keppnin háð af starfsmönnum einnar iðngreinar, á einum stað

et la lutte est alors contre la bourgeoisie individuelle qui les exploite directement

og baráttan er þá gegn einstakri borgarastétt sem arðrænir hana beint

Ils ne dirigent pas leurs attaques contre les conditions de production de la bourgeoisie

Þeir beina árásum sínum ekki gegn framleiðsluskilyrðum borgarastéttarinnar

mais ils dirigent leur attaque contre les instruments de production eux-mêmes

en þeir beina árás sinni að framleiðslutækjunum sjálfum

Ils détruisent les marchandises importées qui font concurrence à leur main-d'œuvre

þeir eyðileggja innfluttan varning sem keppir við vinnuafl þeirra

Ils brisent les machines et mettent le feu aux usines

þeir brjóta í sundur vélar og þeir kveikja í verksmiðjum

ils cherchent à restaurer par la force le statut disparu de l'ouvrier du Moyen Âge

þeir leitast við að endurheimta með valdi horfna stöðu verkamanns miðalda

À ce stade, les ouvriers forment encore une masse incohérente dispersée dans tout le pays

Á þessu stigi mynda verkamennirnir enn samhengislausan massa sem dreifist um allt landið

et ils sont brisés par leur concurrence mutuelle

og þeir eru sundraðir af gagnkvæmri samkeppni sinni

S'ils s'unissent quelque part pour former des corps plus compacts, ce n'est pas encore la conséquence de leur propre union active

Ef þeir sameinast einhvers staðar og mynda þéttari líkama, er það ekki enn afleiðing af virkri sameiningu þeirra eigin

mais c'est une conséquence de l'union de la bourgeoisie, d'atteindre ses propres fins politiques

en það er afleiðing af sameiningu borgarastéttarinnar, að ná sínum eigin pólitísku markmiðum

la bourgeoisie est obligée de mettre en mouvement tout le prolétariat

borgarastéttin er neydd til að koma allri öreigastéttinni af stað

et d'ailleurs, pour un temps, la bourgeoisie est capable de le faire

og þar að auki getur borgarastéttin gert það um tíma

À ce stade, les prolétaires ne combattent donc pas leurs ennemis

Á þessu stigi berjast öreigarnir því ekki við óvini sína

mais au lieu de cela, ils combattent les ennemis de leurs ennemis

heldur berjast þeir við óvini óvina sinna

La lutte contre les vestiges de la monarchie absolue et les propriétaires terriens

berjast við leifar algjörs konungsveldis og landeigenda

ils combattent la bourgeoisie non industrielle ; la petite bourgeoisie

þeir berjast gegn borgarastéttinni; smáborgarastéttin

Ainsi tout le mouvement historique est concentré entre les mains de la bourgeoisie

Þannig er öll sögulega hreyfingin einbeitt í höndum borgarastéttarinnar

chaque victoire ainsi obtenue est une victoire pour la bourgeoisie

sérhver sigur sem þannig fæst er sigur fyrir borgarastéttina

Mais avec le développement de l'industrie, le prolétariat ne se contente pas d'augmenter en nombre

En með þróun iðnaðarins eykst öreigastéttinni ekki aðeins að fjölda

le prolétariat se concentre en masses plus grandes et sa force s'accroît

öreigastéttin safnast saman í meiri fjölda og styrkur hans vex

et le prolétariat ressent de plus en plus cette force

og öreigastéttin finnur fyrir þeim styrk æ meir

Les divers intérêts et conditions de vie dans les rangs du prolétariat sont de plus en plus égalisés
Hinir ýmsu hagsmunir og lífskjör innan raða öreigastéttarinnar jafnast æ meir
elles deviennent plus proportionnelles à mesure que les machines effacent toutes les distinctions de travail
þær verða hlutfallslegri eftir því sem vélarnar afmáðu alla aðgreiningu vinnunnar
et les machines réduisent presque partout les salaires au même bas niveau
og vélar næstum alls staðar lækka laun niður í sama lágmark
La concurrence croissante entre la bourgeoisie et les crises commerciales qui en résultent rendent les salaires des ouvriers de plus en plus fluctuants
Vaxandi samkeppni meðal borgarastéttarinnar og viðskiptakreppan sem af henni leiðir, gerir laun verkamanna sífellt sveiflukenndari
L'amélioration incessante des machines, qui se développe de plus en plus rapidement, rend leurs moyens d'existence de plus en plus précaires
Stöðugar endurbætur á vélbúnaði, sem þróast sífellt hraðar, gera lífsviðurværi þeirra sífellt ótryggara
les collisions entre les ouvriers individuels et la bourgeoisie individuelle prennent de plus en plus le caractère de collisions entre deux classes
árekstrar einstakra verkamanna og einstakrar borgarastéttar taka æ meir á sig einkenni árekstra tveggja stétta
Là-dessus, les ouvriers commencent à former des associations (syndicats) contre la bourgeoisie
Þá byrja verkamennirnir að mynda samtök (verkalýðsfélög) gegn borgarastéttinni
Ils s'associent pour maintenir le taux des salaires
þeir slást saman til að halda uppi launum
Ils fondèrent des associations permanentes afin de pourvoir à l'avance à ces révoltes occasionnelles

þeir stofnuðu varanleg samtök til að gera ráðstafanir fyrir
þessum einstaka uppreisnum
Ici et là, la lutte éclate en émeutes
Hér og þar brýst keppnin út í óeirðir
**De temps en temps, les ouvriers sont victorieux, mais
seulement pour un temps**
Af og til sigra verkamennirnir, en aðeins um tíma
**Le vrai fruit de leurs luttes n'est pas dans le résultat
immédiat, mais dans l'union toujours plus grande des
travailleurs**
Hinn raunverulegi ávöxtur baráttu þeirra liggur ekki í
tafarlausum árangri, heldur í sístækkandi sameiningu
verkamanna
**Cette union est favorisée par les moyens de communication
améliorés créés par l'industrie moderne**
Þetta stéttarfélag nýtur góðs af bættum samskiptaleiðum sem
nútíma iðnaður skapar
**La communication moderne met en contact les travailleurs
de différentes localités les uns avec les autres**
nútíma samskipti setja starfsmenn mismunandi byggðarlaga í
samband hver við annan
**C'était précisément ce contact qui était nécessaire pour
centraliser les nombreuses luttes locales en une lutte
nationale entre les classes**
Það var einmitt þessi samskipti sem þurfti til að miðstýra
hinum fjölmörgu staðbundnu baráttu í eina þjóðarbáttu
milli stétta
**Toutes ces luttes sont du même caractère, et toute lutte de
classe est une lutte politique**
Öll þessi barátta er af sama toga og sérhver stéttabarátta er
pólitísk barátta
**les bourgeois du moyen âge, avec leurs misérables routes,
mettaient des siècles à former leurs syndicats**
borgarar miðalda, með ömurlegum þjóðvegum sínum, þurftu
aldir til að stofna stéttarfélög sín

Les prolétaires modernes, grâce aux chemins de fer, réalisent leurs syndicats en quelques années

nútíma öreiga, þökk sé járnbrautum, ná sambandi sínu innan fárra ára

Cette organisation des prolétaires en classe les a donc formés en parti politique

Þessi skipulagning öreiganna í stétt gerði þá þar af leiðandi að stjórnmálaflokki

La classe politique est continuellement bouleversée par la concurrence entre les travailleurs eux-mêmes

Stjórnmálastéttin er sífellt í uppnámi vegna samkeppninnar milli verkamannanna sjálfra

Mais la classe politique continue de se soulever, plus forte, plus ferme, plus puissante

En stjórnmálastéttin heldur áfram að rísa upp á ný, sterkari, ákveðnari, voldugri

Elle oblige la législation à reconnaître les intérêts particuliers des travailleurs

Það krefst lögbundinnar viðurkenningar á sérstökum hagsmunum verkafólks

il le fait en profitant des divisions au sein de la bourgeoisie elle-même

það gerir það með því að nýta sér klofninginn meðal borgarastéttarinnar sjálfrar

C'est ainsi qu'en Angleterre fut promulguée la loi sur les dix heures

Þannig var tíu klukkustunda frumvarpið í Englandi sett í lög

à bien des égards, les collisions entre les classes de l'ancienne société sont en outre le cours du développement du prolétariat

á margan hátt eru árekstur stétta gamla samfélagsins ennfremur þróunarferill öreigastéttarinnar

La bourgeoisie se trouve engagée dans une bataille de tous les instants

Borgarastéttin lendir í stöðugri baráttu

Dans un premier temps, il se trouvera impliqué dans une bataille constante avec l'aristocratie

Í fyrstu mun það lenda í stöðugri baráttu við aðalinn

plus tard, elle se trouvera engagée dans une lutte constante avec ces parties de la bourgeoisie elle-même

síðar mun hún lenda í stöðugri baráttu við þessa hluta borgarastéttarinnar sjálfrar

et leurs intérêts seront devenus antagonistes au progrès de l'industrie

og hagsmunir þeirra munu hafa orðið andstæðir framförum iðnaðarins

à tout moment, leurs intérêts seront devenus antagonistes avec la bourgeoisie des pays étrangers

á öllum tímum munu hagsmunir þeirra hafa orðið andstæðir borgarastétt erlendra landa

Dans toutes ces batailles, elle se voit obligée de faire appel au prolétariat et lui demande son aide

Í öllum þessum orrustum sér hún sig knúin til að höfða til öreigastéttarinnar og biður um hjálp hennar

Et ainsi, il se sentira obligé de l'entraîner dans l'arène politique

og þannig mun það finna sig knúið til að draga það inn á pólitískan vettvang

C'est pourquoi la bourgeoisie elle-même fournit au prolétariat ses propres instruments d'éducation politique et générale

Borgarastéttin sjálf sér því öreigastéttinni fyrir sínum eigin tækjum til pólitískrar og almennrar menntunar

c'est-à-dire qu'il fournit au prolétariat des armes pour combattre la bourgeoisie

með öðrum orðum, það útvegar öreigastéttinni vopn til að berjast gegn borgarastéttinni

De plus, comme nous l'avons déjà vu, des sections entières des classes dominantes sont précipitées dans le prolétariat

Ennfremur, eins og við höfum þegar séð, eru heilu hlutar valdastéttanna steyptir inn í öreigastéttina

le progrès de l'industrie les aspire dans le prolétariat
framgangur iðnaðarins sogar þá inn í öreigastéttina
ou, du moins, ils sont menacés dans leurs conditions d'existence
eða að minnsta kosti er þeim ógnað í tilveruskilyrðum sínum
Ceux-ci fournissent également au prolétariat de nouveaux éléments d'illumination et de progrès
Þetta veitir einnig öreigastéttinni nýja þætti uppljómunar og framfara
Enfin, à l'approche de l'heure décisive de la lutte des classes
Að lokum, á tímum þegar stéttabaráttan nálgast úrslitastundina
le processus de dissolution en cours au sein de la classe dirigeante
Upplausnarferlið sem er í gangi innan valdastéttarinnar
En fait, la dissolution en cours au sein de la classe dirigeante se fera sentir dans toute la société
í raun mun upplausnin sem á sér stað innan valdastéttarinnar finnast innan alls samfélagsins
Il prendra un caractère si violent et si flagrant qu'une petite partie de la classe dirigeante se laissera aller à la dérive
hún mun taka á sig svo ofbeldisfullan og áberandi karakter að lítill hluti valdastéttarinnar sker sig á reki
et que la classe dirigeante rejoindra la classe révolutionnaire
og sú valdastétt mun ganga til liðs við byltingarstéttina
La classe révolutionnaire étant la classe qui tient l'avenir entre ses mains
byltingarstéttin er sú stétt sem heldur framtíðinni í höndum sér
Comme à une époque antérieure, une partie de la noblesse passa dans la bourgeoisie
Rétt eins og á fyrri tímum fór hluti aðalsmanna yfir til borgarastéttarinnar
de la même manière qu'une partie de la bourgeoisie passera au prolétariat

á sama hátt mun hluti borgarastéttarinnar fara yfir til
öreigastéttarinnar
**en particulier, une partie de la bourgeoisie passera à une
partie des idéologues de la bourgeoisie**
einkum mun hluti borgarastéttarinnar fara yfir til hluta
hugmyndafræðinga borgarastéttarinnar
**Des idéologues bourgeois qui se sont élevés au niveau de la
compréhension théorique du mouvement historique dans
son ensemble**
Hugmyndafræðingar borgarastéttarinnar sem hafa lyft sér
upp á það stig að skilja fræðilega sögulegu hreyfinguna í heild
sinni
**De toutes les classes qui se trouvent aujourd'hui en face de
la bourgeoisie, seule le prolétariat est une classe vraiment
révolutionnaire**
Af öllum þeim stéttum sem standa augliti til auglitis við
borgarastéttina í dag er öreigastéttin ein raunveruleg
byltingarstétt
**Les autres classes se dégradent et finissent par disparaître
devant l'industrie moderne**
Hinar stéttir hnigna og hverfa að lokum andspænis
nútímaiðnaði
le prolétariat est son produit spécial et essentiel
öreigastéttin er sérstök og nauðsynleg afurð hennar
**La petite bourgeoisie, le petit industriel, le commerçant,
l'artisan, le paysan**
Lægri millistétt, smáframleiðandinn, verslunareigandinn,
handverksmaðurinn, bóndinn
toutes ces luttes contre la bourgeoisie
öll þessi barátta gegn borgarastéttinni
**Ils se battent en tant que fractions de la classe moyenne pour
se sauver de l'extinction**
þeir berjast sem brot af millistéttinni til að bjarga sér frá
útrýmingu
Ils ne sont donc pas révolutionnaires, mais conservateurs
Þeir eru því ekki byltingarsinnaðir, heldur íhaldssamir

Bien plus, ils sont réactionnaires, car ils essaient de faire reculer la roue de l'histoire

Nei, þeir eru afturhaldssamir, því þeir reyna að snúa hjóli sögunnar aftur

Si par hasard ils sont révolutionnaires, ils ne le sont qu'en vue de leur transfert imminent dans le prolétariat

Ef þeir eru byltingarsinnaðir, þá eru þeir það aðeins í ljósi yfirvofandi flutnings þeirra til öreigastéttarinnar

Ils défendent ainsi non pas leurs intérêts présents, mais leurs intérêts futurs

þeir verja þannig ekki nútíð sína, heldur framtíðarhagsmuni sína

ils désertent leur propre point de vue pour se placer à celui du prolétariat

þeir yfirgefa eigin afstöðu til að staðsetja sig í stöðu öreigastéttarinnar

La « classe dangereuse », la racaille sociale, cette masse en décomposition passive rejetée par les couches les plus basses de la vieille société

"Hættulega stéttin", félagslega skítinn, þessi aðgerðalausi rotnandi massi sem neðstu lög gamla samfélagsins kasta af sér

Ils peuvent, ici et là, être entraînés dans le mouvement par une révolution prolétarienne

Þeir gætu hér og þar hrifist inn í hreyfinguna af öreigabyltingu

Ses conditions de vie, cependant, le préparent beaucoup plus au rôle d'instrument soudoyé de l'intrigue réactionnaire

lífsskilyrði þess búa það hins vegar mun meira undir hlutverk mútuboðs afturhaldsráðabruggs

Dans les conditions du prolétariat, ceux de l'ancienne société dans son ensemble sont déjà virtuellement submergés

Í aðstæðum öreigastéttarinnar eru aðstæður gamla samfélagsins í heild nú þegar nánast yfirfullar

Le prolétaire est sans propriété

Öreiginn er eignalaus

ses rapports avec sa femme et ses enfants n'ont plus rien de commun avec les relations familiales de la bourgeoisie
tengsl hans við eiginkonu sína og börn eiga ekki lengur neitt sameiginlegt með fjölskyldutengslum borgarastéttarinnar
le travail industriel moderne, la sujétion moderne au capital, la même en Angleterre qu'en France, en Amérique comme en Allemagne
nútíma iðnaðarvinnu, nútíma undirgefni við kapítalið, hið sama í Englandi og Frakklandi, í Ameríku og í Þýskalandi
Sa condition dans la société l'a dépouillé de toute trace de caractère national
Ástand hans í samfélaginu hefur svipt hann öllum votti af þjóðerniseðli
La loi, la morale, la religion, sont pour lui autant de préjugés bourgeois
Lög, siðferði, trúarbrögð eru honum svo margir fordómar borgarastéttarinnar
et derrière ces préjugés se cachent en embuscade autant d'intérêts bourgeois
og á bak við þessa fordóma leynast í launsátri jafn margir hagsmunir borgarastéttarinnar
Toutes les classes précédentes, qui ont pris le dessus, ont cherché à fortifier leur statut déjà acquis
Allar fyrri stéttirnar, sem náðu yfirhöndinni, reyndu að styrkja stöðu sína sem þegar hafði verið áunnin
Ils l'ont fait en soumettant la société dans son ensemble à leurs conditions d'appropriation
þeir gerðu þetta með því að setja samfélagið í heild undir eignarnámsskilyrði sín
Les prolétaires ne peuvent pas devenir maîtres des forces productives de la société
Öreigarnir geta ekki orðið herrar framleiðsluafla samfélagsins
elle ne peut le faire qu'en abolissant son propre mode d'appropriation antérieur
það getur aðeins gert þetta með því að afnema eigin fyrri aðferð til eignarnáms

et par là même elle abolit tout autre mode d'appropriation antérieur

og þar með afnemur það einnig allar aðrar fyrri aðferðir við eignarnám

Ils n'ont rien à eux pour s'assurer et se fortifier

Þeir hafa ekkert til að tryggja og styrkja

Leur mission est de détruire toutes les sûretés antérieures et les assurances de biens individuels

hlutverk þeirra er að eyðileggja öll fyrri verðbréf fyrir og tryggingar á eignum einstaklinga

Tous les mouvements historiques antérieurs étaient des mouvements de minorités

Allar fyrri sögulegar hreyfingar voru hreyfingar minnihlutahópa

ou bien il s'agissait de mouvements dans l'intérêt des minorités

eða þær voru hreyfingar í þágu minnihlutahópa

Le mouvement prolétarien est le mouvement conscient et indépendant de l'immense majorité

Öreigahreyfingin er sjálfsmeðvituð, sjálfstæð hreyfing hins mikla meirihluta

Et c'est un mouvement dans l'intérêt de l'immense majorité

og það er hreyfing í þágu hins mikla meirihluta

Le prolétariat, couche la plus basse de notre société actuelle

Öreigastéttin, lægsta lag nútímasamfélags

elle ne peut ni s'agiter ni s'élever sans que toutes les couches supérieures de la société officielle ne soient soulevées en l'air

það getur ekki hrærst eða risið upp án þess að öll yfirlög hins opinbera samfélags séu sprottin upp í loftið

Loin d'être dans le fond, mais dans la forme, la lutte du prolétariat contre la bourgeoisie est d'abord une lutte nationale

Þótt hún sé ekki efnislega en samt í formi, er barátta öreigastéttarinnar við borgarastéttina í fyrstu þjóðarbarátta

Le prolétariat de chaque pays doit, bien entendu, régler d'abord ses affaires avec sa propre bourgeoisie
Öreigastéttin í hverju landi verður að sjálfsögðu fyrst og fremst að gera upp málin við sína eigin borgarastétt
En décrivant les phases les plus générales du développement du prolétariat, nous avons retracé la guerre civile plus ou moins voilée
Þegar við lýstum almennustu stigum þróunar öreigastéttarinnar, raktum við meira og minna dulbúna borgarastyrjöldina
Ce civil fait rage au sein de la société existante
þessi borgaralega geisar innan núverandi samfélags
Elle fera rage jusqu'au point où cette guerre éclatera en révolution ouverte
það mun geisa að því marki að það stríð brýst út í opna byltingu
et alors le renversement violent de la bourgeoisie jette les bases de l'emprise du prolétariat
og síðan leggur ofbeldisfullt fall borgarastéttarinnar grunninn að valdaráði öreigastéttarinnar
Jusqu'à présent, toute forme de société a été fondée, comme nous l'avons déjà vu, sur l'antagonisme des classes oppressives et opprimées
Hingað til hafa allar tegundir samfélaga byggst, eins og við höfum þegar séð, á andstöðu kúgandi og kúgaðra stétta
Mais pour opprimer une classe, il faut lui assurer certaines conditions
En til þess að kúga stétt verður að tryggja henni ákveðin skilyrði
La classe doit être maintenue dans des conditions dans lesquelles elle peut, au moins, continuer son existence servile
Stéttinni verður að halda við aðstæður þar sem hún getur að minnsta kosti haldið áfram þrælbundinni tilveru sinni
Le serf, à l'époque du servage, s'élevait lui-même au rang d'adhérent à la commune

Þjónninn, á tímabili ánauðarinnar, hóf sig upp til aðildar að kommúnunni

de même que la petite bourgeoisie, sous le joug de l'absolutisme féodal, a réussi à se développer en bourgeoisie

rétt eins og smáborgarastéttinni, undir oki lénsveldisins, tókst að þróast í borgarastétt

L'ouvrier moderne, au contraire, au lieu de s'élever avec les progrès de l'industrie, s'enfonce de plus en plus profondément

Nútíma verkamaður, þvert á móti, sekkur dýpra og dýpra í stað þess að rísa með framförum iðnaðarins

il s'enfonce au-dessous des conditions d'existence de sa propre classe

hann sekkur undir tilveruskilyrði sinnar eigin stéttar

Il devient pauvre, et le paupérisme se développe plus rapidement que la population et la richesse

Hann verður fátækur og fátækrahyggja þróast hraðar en íbúafjöldi og auður

Et c'est là qu'il devient évident que la bourgeoisie n'est plus apte à être la classe dominante dans la société

Og hér kemur í ljós, að borgarastéttin er ekki lengur hæf til að vera valdastétt í þjóðfélaginu

et elle n'est pas digne d'imposer ses conditions d'existence à la société comme une loi prépondérante

og það er óhæft að þröngva tilveruskilyrðum sínum upp á samfélagið sem æðstu lögmál

Il est inapte à gouverner parce qu'il est incompétent pour assurer une existence à son esclave dans son esclavage

Það er óhæft til að stjórna vegna þess að það er óhæft til að tryggja þræli sínum tilveru í þrældómi hans

parce qu'il ne peut s'empêcher de le laisser sombrer dans un tel état, qu'il doit le nourrir, au lieu d'être nourri par lui

vegna þess að það getur ekki annað en látið hann sökkva í slíkt ástand, að hann verði að fæða hann í stað þess að nærast af honum

La société ne peut plus vivre sous cette bourgeoisie

Samfélagið getur ekki lengur lifað undir þessari borgarastétt
En d'autres termes, son existence n'est plus compatible avec la société
með öðrum orðum, tilvist þess er ekki lengur samrýmanleg samfélaginu
La condition essentielle de l'existence et de l'influence de la classe bourgeoise est la formation et l'accroissement du capital
Grundvallarforsenda tilveru og valdahafa borgarastéttarinnar er myndun og aukning fjármagns
La condition du capital, c'est le salariat-travail
Skilyrði fjármagns er launavinna
Le travail salarié repose exclusivement sur la concurrence entre les travailleurs
Launavinna hvílir eingöngu á samkeppni milli verkamanna
Le progrès de l'industrie, dont le promoteur involontaire est la bourgeoisie, remplace l'isolement des ouvriers
Framgangur iðnaðarins, þar sem borgarastéttin er ósjálfráður hvatamaður, kemur í stað einangrunar verkamannanna
en raison de la concurrence, en raison de leur combinaison révolutionnaire, en raison de l'association
vegna samkeppni, vegna byltingarkenndrar samsetningar þeirra, vegna tengsla
Le développement de l'industrie moderne lui coupe sous les pieds les fondements mêmes sur lesquels la bourgeoisie produit et s'approprie les produits
Þróun nútímaiðnaðar sker undan fótum hans sjálfan grunninn sem borgarastéttin framleiðir og eignar sér vörur á
Ce que la bourgeoisie produit avant tout, ce sont ses propres fossoyeurs
Það sem borgarastéttin framleiðir umfram allt eru eigin grafarar
La chute de la bourgeoisie et la victoire du prolétariat sont également inévitables
Fall borgarastéttarinnar og sigur öreigastéttarinnar eru jafn óumflýjanleg

Prolétaires et communistes
Öreigar og kommúnistar

Quel est le rapport des communistes vis-à-vis de l'ensemble des prolétaires ?

Í hvaða sambandi standa kommúnistar við öreigana í heild?

Les communistes ne forment pas un parti séparé opposé aux autres partis de la classe ouvrière

Kommúnistar mynda ekki sérstakan flokk sem er andstæður öðrum verkalýðsflokkum

Ils n'ont pas d'intérêts séparés de ceux du prolétariat dans son ensemble

Þeir hafa enga hagsmuni aðskilda og aðskilda frá hagsmunum öreigastéttarinnar í heild

Ils n'établissent pas de principes sectaires qui leur soient propres pour façonner et modeler le mouvement prolétarien

Þeir setja ekki upp neinar eigin sértrúarreglur til að móta og móta öreigahreyfinguna

Les communistes ne se distinguent des autres partis ouvriers que par deux choses

Kommúnistar eru aðgreindir frá öðrum verkalýðsflokkum með aðeins tvennu

Premièrement, ils signalent et mettent en avant les intérêts communs de l'ensemble du prolétariat, indépendamment de toute nationalité

Í fyrsta lagi benda þeir á og draga fram sameiginlega hagsmuni allrar öreigastéttarinnar, óháð öllu þjóðerni

C'est ce qu'ils font dans les luttes nationales des prolétaires des différents pays

Þetta gera þeir í þjóðernisbaráttu öreiganna í hinum ýmsu löndum

Deuxièmement, ils représentent toujours et partout les intérêts du mouvement dans son ensemble

Í öðru lagi standa þeir alltaf og alls staðar fyrir hagsmuni hreyfingarinnar í heild

c'est ce qu'ils font dans les différents stades de développement par lesquels doit passer la lutte de la classe ouvrière contre la bourgeoisie

þetta gera þeir á hinum ýmsu þróunarstigum, sem barátta verkalýðsins gegn borgarastéttinni verður að ganga í gegnum

Les communistes sont donc, d'une part, pratiquement, la section la plus avancée et la plus résolue des partis ouvriers de tous les pays

Kommúnistar eru því annars vegar í raun framsæknasti og einbeittasti hluti verkalýðsflokka hvers lands

Ils sont cette section de la classe ouvrière qui pousse en avant toutes les autres

þeir eru sá hluti verkalýðsins sem ýtir öllum öðrum áfram

Théoriquement, ils ont aussi l'avantage de bien comprendre la ligne de marche

Fræðilega séð hafa þeir einnig þann kost að skilja vel göngulínuna

C'est ce qu'ils comprennent mieux par rapport à la grande masse du prolétariat

Þetta skilja þeir betur í samanburði við mikinn fjölda öreigastéttarinnar

Ils comprennent les conditions et les résultats généraux ultimes du mouvement prolétarien

þeir skilja aðstæður og endanlegan almennan árangur öreigahreyfingarinnar

Le but immédiat du Parti communiste est le même que celui de tous les autres partis prolétariens

Markmið kommúnista er hið sama og allra annarra öreigaflokka

Leur but est la formation du prolétariat en classe

markmið þeirra er að móta öreigastéttina í stétt

ils visent à renverser la suprématie de la bourgeoisie

þeir stefna að því að steypa yfirráðum borgarastéttarinnar af stóli

la conquête du pouvoir politique par le prolétariat

baráttan fyrir því að öreigastéttin nái pólitísku valdi

**Les conclusions théoriques des communistes ne sont
nullement basées sur des idées ou des principes de
réformateurs**
Fræðilegar niðurstöður kommúnista eru á engan hátt byggðar
á hugmyndum eða meginreglum umbótasinna
**ce ne sont pas des prétendus réformateurs universels qui ont
inventé ou découvert les conclusions théoriques des
communistes**
það voru ekki almennir umbótasinnar sem fundu upp eða
uppgötvuðu fræðilegar niðurstöður kommúnista
**Ils ne font qu'exprimer, en termes généraux, des rapports
réels qui naissent d'une lutte de classe existante**
Þær lýsa aðeins almennum orðum raunverulegum tengslum
sem spretta af núverandi stéttabaráttu
**Et ils décrivent le mouvement historique qui se déroule sous
nos yeux et qui a créé cette lutte des classes**
og þeir lýsa þeirri sögulegu hreyfingu sem er í gangi fyrir
augum okkar og hefur skapað þessa stéttabaráttu
**L'abolition des rapports de propriété existants n'est pas du
tout un trait distinctif du communisme**
Afnám núverandi eignatengsla er alls ekki sérkenni
kommúnismans
**Dans le passé, toutes les relations de propriété ont été
continuellement sujettes à des changements historiques**
Öll eignatengsl í fortíðinni hafa stöðugt verið háð sögulegum
breytingum
**et ces changements ont été consécutifs au changement des
conditions historiques**
og þessar breytingar voru í kjölfar breytinga á sögulegum
aðstæðum
**La Révolution française, par exemple, a aboli la propriété
féodale au profit de la propriété bourgeoise**
Franska byltingin afnam til dæmis lénseignir í þágu
borgarastéttareigna
**Le trait distinctif du communisme n'est pas l'abolition de la
propriété, en général**

Það sem einkennir kommúnisma er ekki afnám eigna, almennt
**mais le trait distinctif du communisme, c'est l'abolition de la
propriété bourgeoise**
en það sem einkennir kommúnisma er afnám eigna
borgarastéttarinnar
**Mais la propriété privée de la bourgeoisie moderne est
l'expression ultime et la plus complète du système de
production et d'appropriation des produits**
En nútíma borgarastétt einkaeignar er endanleg og
fullkomnasta tjáning kerfisins til að framleiða og eigna sér
vörur
**C'est l'état final d'un système basé sur les antagonismes de
classe, où l'antagonisme de classe est l'exploitation du plus
grand nombre par quelques-uns**
það er lokaástand kerfis sem byggir á stéttaandstæðum, þar
sem stéttaandstæður eru arðrán hinna mörgu af fáum
**En ce sens, la théorie des communistes peut se résumer en
une seule phrase ; l'abolition de la propriété privée**
Í þessum skilningi má draga kenningu kommúnista saman í
einni setningu; afnám einkaeignarréttar
**On nous a reproché, à nous communistes, de vouloir abolir
le droit d'acquérir personnellement des biens**
Við kommúnistar höfum verið ávítaðir fyrir að vilja afnema
réttinn til að eignast eignir persónulega
**On prétend que cette propriété est le fruit du travail de
l'homme**
Því er haldið fram að þessi eign sé ávöxtur vinnu mannsins
sjálfs
**et cette propriété est censée être le fondement de toute
liberté, de toute activité et de toute indépendance
individuelles.**
og þessi eign er sögð vera grundvöllur alls persónulegs frelsis,
athafna og sjálfstæðis.
« Propriété durement gagnée, auto-acquise, auto-gagnée ! »
"Erfið, sjálfáunnin, sjálfunnin eign!"

Voulez-vous dire la propriété du petit artisan et du petit paysan ?

Áttu við eign smáhandverksmannsins og smábóndans?

Voulez-vous parler d'une forme de propriété qui a précédé la forme bourgeoise ?

Ertu að meina eignaform sem var á undan borgarastéttarforminu?

Il n'est pas nécessaire de l'abolir, le développement de l'industrie l'a déjà détruit dans une large mesure

Það er óþarfi að afnema það, þróun iðnaðar hefur að miklu leyti þegar eyðilagt það

et le développement de l'industrie continue de la détruire chaque jour

og þróun iðnaðar eyðileggur það enn daglega

Ou voulez-vous parler de la propriété privée de la bourgeoisie moderne ?

Eða meinarðu nútíma borgarastétt einkaeign?

Mais le travail salarié crée-t-il une propriété pour l'ouvrier ?

En skapar launavinnan einhverjar eignir fyrir verkamanninn?

Non, le travail salarié ne crée pas une parcelle de ce genre de propriété !

Nei, launavinna skapar ekki eitt einasta af slíkri eign!

Ce que le travail salarié crée, c'est du capital ; ce genre de propriété qui exploite le travail salarié

það sem laun vinna skapar er fjármagn; þess konar eign sem arðrænir launavinnu

Le capital ne peut s'accroître qu'à la condition d'engendrer une nouvelle offre de travail salarié pour une nouvelle exploitation

Fjármagn getur ekki aukist nema með því skilyrði að það sé nýtt framboð af launavinnu til nýrrar arðráns

La propriété, dans sa forme actuelle, est fondée sur l'antagonisme du capital et du salariat

Eignin, í núverandi mynd, byggist á andstæðum fjármagns og launavinnu

Examinons les deux côtés de cet antagonisme

Við skulum skoða báðar hliðar þessarar andstæðu

Être capitaliste, ce n'est pas seulement avoir un statut purement personnel

Að vera kapítalisti er ekki aðeins að hafa eingöngu persónulega stöðu

Au contraire, être capitaliste, c'est aussi avoir un statut social dans la production

þess í stað er það að vera kapítalisti líka að hafa félagslega stöðu í framleiðslu

parce que le capital est un produit collectif ; Ce n'est que par l'action unie de nombreux membres qu'elle peut être mise en branle

vegna þess að fjármagn er sameiginleg afurð; aðeins með sameinuðum aðgerðum margra aðildarríkja er hægt að hrinda henni af stað

Mais cette action unie n'est qu'un dernier recours, et nécessite en fait tous les membres de la société

En þessi sameinaða aðgerð er síðasta úrræðið og krefst í raun allra þjóðfélagsþegna

Le capital est converti en propriété de tous les membres de la société

Fjármagni breytist í eign allra þjóðfélagsþegna

mais le Capital n'est donc pas une puissance personnelle ; c'est un pouvoir social

en fjármagnið er því ekki persónulegt vald; það er félagslegt vald

Ainsi, lorsque le capital est converti en propriété sociale, la propriété personnelle n'est pas pour autant transformée en propriété sociale

þannig að þegar fjármagni er breytt í félagslega eign er persónulegum eignum ekki þar með breytt í félagslega eign

Ce n'est que le caractère social de la propriété qui est modifié et qui perd son caractère de classe

Það er aðeins félagslegt eðli eignarinnar sem breytist og glatar stéttareðli sínu

Regardons maintenant le travail salarié

Lítum nú á launavinnu
Le prix moyen du salariat est le salaire minimum, c'est-à-dire le quantum des moyens de subsistance
Meðalverð launavinnu er lágmarkslaun, þ.e.a.s. magn lífsviðurværis
Ce salaire est absolument nécessaire dans la simple existence d'un ouvrier
Þessi laun eru algerlega nauðsynleg í berri tilveru sem verkamaður
Ce que le salarié s'approprie par son travail ne suffit donc qu'à prolonger et à reproduire une existence nue
Það sem launamaðurinn tileinkar sér með vinnu sinni, nægir því aðeins til að lengja og endurskapa nakna tilveru
Nous n'avons nullement l'intention d'abolir cette appropriation personnelle des produits du travail
Við ætlum alls ekki að afnema þessa persónulegu eignun á afurðum vinnunnar
une appropriation qui est faite pour le maintien et la reproduction de la vie humaine
fjárveiting sem er gerð til viðhalds og æxlunar mannlegs lífs
Une telle appropriation personnelle des produits du travail ne laisse pas de surplus pour commander le travail d'autrui
slík persónuleg eignun vinnuafurða skilur ekki eftir sig neinn afgang til að ráða yfir vinnu annarra
Tout ce que nous voulons supprimer, c'est le caractère misérable de cette appropriation
Það eina sem við viljum útrýma er ömurlegt eðli þessarar eignarnáms
l'appropriation dont vit l'ouvrier dans le seul but d'augmenter son capital
eignarnámið sem verkamaðurinn lifir á aðeins til að auka fjármagn
Il n'est autorisé à vivre que dans la mesure où l'intérêt de la classe dominante l'exige
honum er aðeins leyft að lifa að svo miklu leyti sem hagsmunir valdastéttarinnar krefjast þess

Dans la société bourgeoise, le travail vivant n'est qu'un moyen d'augmenter le travail accumulé

Í borgarastéttarsamfélagi er lifandi vinna aðeins leið til að auka uppsafnað vinnuafl

Dans la société communiste, le travail accumulé n'est qu'un moyen d'élargir, d'enrichir, de promouvoir l'existence de l'ouvrier

Í kommúnísku samfélagi er uppsöfnuð vinna aðeins leið til að breikka, auðga og efla tilveru verkamannsins

C'est pourquoi, dans la société bourgeoise, le passé domine le présent

Í borgarastéttarsamfélaginu ræður fortíðin því ríkjum í nútíðinni

dans la société communiste, le présent domine le passé

í kommúnísku samfélagi ræður nútíðin ríkjum í fortíðinni

Dans la société bourgeoise, le capital est indépendant et a une individualité

Í borgarastéttarsamfélaginu er fjármagnið sjálfstætt og hefur sérstöðu

Dans la société bourgeoise, la personne vivante est dépendante et n'a pas d'individualité

Í borgarastéttarsamfélaginu er lifandi manneskjan háð og hefur enga einstaklingsstöðu

Et l'abolition de cet état de choses est appelée par la bourgeoisie l'abolition de l'individualité et de la liberté !

Og afnám þessa ástands er kallað af borgarastéttinni, afnám einstaklingshyggju og frelsis!

Et c'est à juste titre qu'on l'appelle l'abolition de l'individualité et de la liberté !

Og það er réttilega kallað afnám einstaklingshyggju og frelsis!

Le communisme vise à l'abolition de l'individualité bourgeoise

Kommúnisminn stefnir að afnámi einstaklingshyggju borgarastéttarinnar

Le communisme veut l'abolition de l'indépendance de la bourgeoisie

Kommúnisminn ætlar að afnema sjálfstæði
borgarastéttarinnar

**La liberté de la bourgeoisie est sans aucun doute ce que vise
le communisme**

Frelsi borgarastéttarinnar er án efa það sem kommúnisminn
stefnir að

**dans les conditions actuelles de production de la
bourgeoisie, la liberté signifie le libre-échange, la liberté de
vendre et d'acheter**

við núverandi framleiðsluskilyrði borgarastéttarinnar þýðir
frelsi frjáls viðskipti, frjáls sala og kaup

**Mais si la vente et l'achat disparaissent, la vente et l'achat
gratuits disparaissent également**

En ef sala og kaup hverfa hverfur frjáls sala og kaup líka

**Les « paroles courageuses » de la bourgeoisie sur la vente et
l'achat libres n'ont qu'un sens limité**

"hugrökk orð" borgarastéttarinnar um frjálsa sölu og kaup
hafa aðeins merkingu í takmörkuðum skilningi

**Ces mots n'ont de sens que par opposition à la vente et à
l'achat restreints**

Þessi orð hafa aðeins merkingu öfugt við takmarkaða sölu og
kaup

**et ces mots n'ont de sens que lorsqu'ils s'appliquent aux
marchands enchaînés du moyen âge**

og þessi orð hafa aðeins merkingu þegar þau eru notuð um
fjötra kaupmenn miðalda

**et cela suppose que ces mots aient même un sens dans un
sens bourgeois**

og það gerir ráð fyrir að þessi orð hafi jafnvel merkingu í
borgarastéttarlegum skilningi

**mais ces mots n'ont aucun sens lorsqu'ils sont utilisés pour
s'opposer à l'abolition communiste de l'achat et de la vente**

en þessi orð hafa enga merkingu þegar þau eru notuð til að
berjast gegn afnámi kommúnista á kaupum og sölu

les mots n'ont pas de sens lorsqu'ils sont utilisés pour
s'opposer à l'abolition des conditions de production de la
bourgeoisie

orðin hafa enga merkingu þegar þau eru notuð til að berjast
gegn því að framleiðsluskilyrði borgarastéttarinnar verði
afnumin

et ils n'ont aucun sens lorsqu'ils sont utilisés pour s'opposer
à l'abolition de la bourgeoisie elle-même

og þeir hafa enga merkingu þegar þeir eru notaðir til að
berjast gegn því að borgarastéttin sjálf verði afnumin

Vous êtes horrifiés par notre intention d'en finir avec la
propriété privée

Þú ert skelfingu lostinn yfir því að við ætlum að afnema
einkaeign

Mais dans votre société actuelle, la propriété privée est déjà
abolie pour les neuf dixièmes de la population

En í núverandi samfélagi þínu er einkaeign þegar afnumin
fyrir níu tíundu hluta íbúanna

L'existence d'une propriété privée pour quelques-uns est
uniquement due à sa non-existence entre les mains des neuf
dixièmes de la population

Tilvist einkaeignar fárra stafar eingöngu af því að hún er ekki
til í höndum níu tíundu hluta íbúanna

Vous nous reprochez donc d'avoir l'intention de supprimer
une forme de propriété

Þú átelur okkur því að ætla að afnema eignaform

Mais la propriété privée nécessite l'inexistence de toute
propriété pour l'immense majorité de la société

en einkaeign krefst þess að gríðarlegur meirihluti samfélagsins
sé ekki til nokkurrar eignar

En un mot, vous nous reprochez d'avoir l'intention de vous
débarrasser de vos biens

Í einu orði, þú átelur okkur fyrir að ætla að leggja niður eignir
þínar

Et c'est précisément le cas ; se débarrasser de votre propriété
est exactement ce que nous avons l'intention de faire

Og það er einmitt svo; að losa sig við eignina þína er einmitt
það sem við ætlum okkur
**À partir du moment où le travail ne peut plus être converti
en capital, en argent ou en rente**
Frá því augnabliki þegar ekki er lengur hægt að breyta vinnu í
fjármagn, peninga eða leigu
**quand le travail ne peut plus être converti en un pouvoir
social monopolisé**
þegar ekki er lengur hægt að breyta vinnuaflinu í félagslegt
vald sem hægt er að einoka
**à partir du moment où la propriété individuelle ne peut plus
être transformée en propriété bourgeoise**
frá því augnabliki þegar ekki er lengur hægt að breyta
einstaklingseign í borgarastéttareign
**à partir du moment où la propriété individuelle ne peut plus
être transformée en capital**
frá því augnabliki þegar ekki er lengur hægt að breyta
einstökum eignum í fjármagn
**À partir de ce moment-là, vous dites que l'individualité
s'évanouit**
Frá þeirri stundu segir þú að einstaklingshyggjan hverfi
**Vous devez donc avouer que par « individu » vous
n'entendez personne d'autre que la bourgeoisie**
Þú verður því að játa að með "einstaklingi" átt þú ekki við
neina aðra persónu en borgarastéttina
**Vous devez avouer qu'il s'agit spécifiquement du
propriétaire de la classe moyenne**
Þú verður að játa að það vísar sérstaklega til
millistéttareiganda eigna
**Cette personne doit, en effet, être balayée et rendue
impossible**
Þessari manneskju verður að vísu að vera sópað úr vegi og
gerð ómöguleg
**Le communisme ne prive personne du pouvoir de
s'approprier les produits de la société**

Kommúnismi sviptir engan mann valdi til að eigna sér afurðir samfélagsins

tout ce que fait le communisme, c'est de le priver du pouvoir de subjuguer le travail d'autrui au moyen d'une telle appropriation

það eina sem kommúnisminn gerir er að svipta hann valdinu til að leggja undir sig vinnu annarra með slíkri eignun

On a objecté qu'avec l'abolition de la propriété privée, tout travail cesserait

Því hefur verið mótmælt að við afnám einkaeignarréttar muni öll vinna hætta

et il est alors suggéré que la paresse universelle nous rattrapera

og því er síðan gefið í skyn að alheims leti muni ná okkur

D'après cela, il y a longtemps que la société bourgeoise aurait dû aller aux chiens par pure oisiveté

Samkvæmt þessu hefði borgarastéttin fyrir löngu átt að fara í hundana af einskæru iðjuleysi

parce que ceux de ses membres qui travaillent, n'acquièrent rien

vegna þess að þeir meðlimir þess sem vinna, eignast ekkert

et ceux de ses membres qui acquièrent quoi que ce soit, ne travaillent pas

og þeir meðlimir þess sem eignast eitthvað, vinna ekki

L'ensemble de cette objection n'est qu'une autre expression de la tautologie

Öll þessi andmæli eru aðeins enn ein tjáning tautologiarinnar

Il ne peut plus y avoir de travail salarié quand il n'y a plus de capital

það getur ekki lengur verið nein launavinna þegar ekkert fjármagn er lengur til

Il n'y a pas de différence entre les produits matériels et les produits mentaux

Það er enginn munur á efnislegum vörum og hugrænum afurðum

Le communisme propose que les deux soient produits de la même manière

Kommúnisminn leggur til að hvort tveggja sé framleitt á sama hátt

mais les objections contre les modes communistes de production sont les mêmes

en andmælin gegn kommúnískum aðferðum við að framleiða þetta eru þau sömu

pour la bourgeoisie, la disparition de la propriété de classe est la disparition de la production elle-même

fyrir borgarastéttina er hvarf stéttaeignarinnar hvarf framleiðslunnar sjálfrar

Ainsi, la disparition de la culture de classe est pour lui identique à la disparition de toute culture

þannig að hvarf stéttarmenningarinnar er fyrir honum eins og hvarf allrar menningar

Cette culture, dont il déplore la perte, n'est pour l'immense majorité qu'un simple entraînement à agir comme une machine

Sú menning, sem hann harmar, er fyrir gríðarlegan meirihluta aðeins þjálfun til að starfa sem vél

Les communistes ont bien l'intention d'abolir la culture de la propriété bourgeoise

Kommúnistar ætla sér mjög að afnema menningu borgarastéttarinnar

Mais ne vous querellez pas avec nous tant que vous appliquez les normes de vos notions bourgeoises de liberté, de culture, de droit, etc

En ekki rífast við okkur svo lengi sem þú beitir mælikvarða borgarastéttarinnar hugmynda þinna um frelsi, menningu, lög o.s.frv

Vos idées mêmes ne sont que le résultat des conditions de votre production bourgeoise et de la propriété bourgeoise

Sjálfar hugmyndir þínar eru aðeins afrakstur skilyrða borgarastéttarframleiðslu þinnar og borgarastéttareigna

de même que votre jurisprudence n'est que la volonté de votre classe érigée en loi pour tous

alveg eins og lögfræði þín er aðeins vilji stéttar þinnar gerður að lögum fyrir alla

Le caractère essentiel et l'orientation de cette volonté sont déterminés par les conditions économiques créées par votre classe sociale

Grundvallareðli og stefna þessa vilja ræðst af efnahagslegum aðstæðum sem þjóðfélagsstéttin skapar

L'idée fausse égoïste qui vous pousse à transformer les formes sociales en lois éternelles de la nature et de la raison

Eigingjarn misskilningur sem fær þig til að umbreyta félagslegum formum í eilíf lögmál náttúrunnar og skynseminnar

les formes sociales qui découlent de votre mode de production et de votre forme de propriété actuels

félagslegu formin sem spretta upp úr núverandi framleiðsluhætti þínum og eignaformi

des rapports historiques qui naissent et disparaissent dans le progrès de la production

söguleg tengsl sem rísa og hverfa í framvindu framleiðslunnar

cette idée fausse que vous partagez avec toutes les classes dirigeantes qui vous ont précédés

þennan misskilning sem þú deilir með öllum valdastéttum sem hafa verið á undan þér

Ce que vous voyez clairement dans le cas de la propriété ancienne, ce que vous admettez dans le cas de la propriété féodale

Það sem þú sérð greinilega þegar um fornar eignir er að ræða, það sem þú viðurkennir þegar um lénseign er að ræða

ces choses, il vous est bien entendu interdit de les admettre dans le cas de votre propre forme de propriété bourgeoise

þessu er yður auðvitað bannað að viðurkenna þegar um er að ræða eigið borgarastéttarform

Abolition de la famille ! Même les plus radicaux s'enflamment devant cette infâme proposition des communistes

Afnám fjölskyldunnar! Jafnvel róttækustu blossa upp við þessa alræmdu tillögu kommúnista

Sur quelle base se fonde la famille actuelle, la famille bourgeoise ?

Á hvaða grunni er núverandi fjölskylda, borgarastéttarfjölskyldan?

La fondation de la famille actuelle est basée sur le capital et le gain privé

Grundvöllur núverandi fjölskyldu byggist á fjármagni og einkagróða

Sous sa forme complètement développée, cette famille n'existe que dans la bourgeoisie

Í sinni fullkomnu mynd er þessi fjölskylda aðeins til meðal borgarastéttarinnar

Cet état de choses trouve son complément dans l'absence pratique de la famille chez les prolétaires

Þetta ástand á sér uppbót í raunhæfri fjarveru fjölskyldunnar meðal öreiganna

Cet état de choses se retrouve dans la prostitution publique

Þetta ástand er að finna í opinberu vændi

La famille bourgeoise disparaîtra d'office quand son effectif disparaîtra

Borgarastéttarfjölskyldan mun hverfa sjálfsagður þegar fylgi hennar hverfur

et l'une et l'autre s'évanouiront avec la disparition du capital

og báðir þessir vilja munu hverfa með brotthvarfi fjármagnsins

Nous accusez-vous de vouloir mettre fin à l'exploitation des enfants par leurs parents ?

Ásakar þú okkur um að vilja stöðva misnotkun foreldra þeirra á börnum?

Nous plaidons coupables de ce crime

Um þennan glæp játum við sök

Mais, direz-vous, on détruit les relations les plus sacrées, quand on remplace l'éducation à domicile par l'éducation sociale

En þú munt segja, við eyðileggjum helgustu samskiptin, þegar við skiptum út heimakennslu fyrir félagsfræðslu

Votre éducation n'est-elle pas aussi sociale ? Et n'est-elle pas déterminée par les conditions sociales dans lesquelles vous éduquez ?

Er menntun þín ekki líka félagsleg? Og ræðst það ekki af félagslegum aðstæðum sem þú menntar þig við?

par l'intervention, directe ou indirecte, de la société, par le biais de l'école, etc.

með íhlutun, beinni eða óbeinni, af samfélaginu, með skólum o.s.frv.

Les communistes n'ont pas inventé l'intervention de la société dans l'éducation

Kommúnistar hafa ekki fundið upp afskipti samfélagsins af menntun

ils ne cherchent qu'à modifier le caractère de cette intervention

þeir leitast aðeins við að breyta eðli þeirrar íhlutunar

et ils cherchent à sauver l'éducation de l'influence de la classe dirigeante

og þeir leitast við að bjarga menntun frá áhrifum valdastéttarinnar

La bourgeoisie parle de la relation sacrée du parent et de l'enfant

Borgarastéttin talar um heilagt samband foreldris og barns

mais ce baratin sur la famille et l'éducation devient d'autant plus répugnant quand on regarde l'industrie moderne

en þessi klappgildra um fjölskylduna og menntun verður þeim mun ógeðslegri þegar við lítum á nútímaiðnað

Tous les liens familiaux entre les prolétaires sont déchirés par l'industrie moderne

Öll fjölskyldubönd öreiganna eru slitin í sundur af nútíma iðnaði

Leurs enfants sont transformés en simples objets de commerce et en instruments de travail

börnum þeirra er breytt í einfaldar verslunarvörur og vinnutæki

Mais vous, communistes, vous créeriez une communauté de femmes, crie en chœur toute la bourgeoisie

En þið kommúnistar mynduð búa til samfélag kvenna, öskrar öll borgarastéttin í kór

La bourgeoisie ne voit en sa femme qu'un instrument de production

Borgarastéttin sér í konu sinni aðeins framleiðslutæki

Il entend dire que les instruments de production doivent être exploités par tous

Hann heyrir að allir eigi að nýta framleiðslutækin

et, naturellement, il ne peut arriver à aucune autre conclusion que celle d'être commun à tous retombera également sur les femmes

og að sjálfsögðu getur hann ekki komist að annarri niðurstöðu en þeirri að hlutskipti þess að vera sameiginlegur öllum muni sömuleiðis falla á konur

Il ne soupçonne même pas qu'il s'agit en fait d'en finir avec le statut de la femme en tant que simple instrument de production

Hann hefur ekki einu sinni grun um að raunverulegi tilgangurinn sé að afnema stöðu kvenna sem eingöngu framleiðslutæki

Du reste, rien n'est plus ridicule que l'indignation vertueuse de notre bourgeoisie contre la communauté des femmes

Að öðru leyti er ekkert fáránlegra en dyggðug reiði borgarastéttarinnar á samfélagi kvenna

ils prétendent qu'elle doit être établie ouvertement et officiellement par les communistes

þeir láta eins og það eigi að vera opinberlega stofnað af kommúnistum

Les communistes n'ont pas besoin d'introduire la
communauté des femmes, elle existe depuis des temps
immémoriaux
Kommúnistar hafa enga þörf fyrir að innleiða samfélag
kvenna, það hefur verið til nánast frá örófi alda
Notre bourgeoisie ne se contente pas d'avoir à sa disposition
les femmes et les filles de ses prolétaires
Borgarastétt okkar lætur sér ekki nægja að hafa eiginkonur og
dætur öreiganna til ráðstöfunar
Ils prennent le plus grand plaisir à séduire les femmes de
l'autre
þau hafa mesta ánægju af því að tæla eiginkonur hvors annars
Et cela ne parle même pas des prostituées ordinaires
og þá er ekki einu sinni talað um venjulegar vændiskonur
Le mariage bourgeois est en réalité un système d'épouses en
commun
Hjónaband borgarastéttarinnar er í raun sameiginlegt kerfi
eiginkvenna
puis il y a une chose qu'on pourrait peut-être reprocher aux
communistes
þá er eitt sem kommúnistar gætu hugsanlega verið ásakaðir
um
Ils souhaitent introduire une communauté de femmes
ouvertement légalisée
þær þrá að koma á fót opinberlega lögleiddu samfélagi
kvenna
plutôt qu'une communauté de femmes hypocritement
dissimulée
frekar en hræsnisfullt hulið samfélag kvenna
la communauté des femmes issues du système de production
samfélag kvenna sem sprettur upp úr framleiðslukerfinu
Abolissez le système de production, et vous abolissez la
communauté des femmes
afnema framleiðslukerfið og þú afnemur samfélag kvenna
La prostitution publique est abolie et la prostitution privée
bæði opinbert vændi er afnumið og einkavændi

On reproche en outre aux communistes de vouloir abolir les pays et les nationalités

Kommúnistar eru ennfremur ávítaðir fyrir að vilja afnema lönd og þjóðerni

Les travailleurs n'ont pas de patrie, nous ne pouvons donc pas leur prendre ce qu'ils n'ont pas

Vinnandi menn eiga ekkert land, svo við getum ekki tekið frá þeim það sem þeir hafa ekki fengið

Le prolétariat doit d'abord acquérir la suprématie politique

öreigastéttin verður fyrst og fremst að öðlast pólitísk yfirráð

Le prolétariat doit s'élever pour être la classe dirigeante de la nation

öreigastéttin verður að rísa upp og verða forystustétt þjóðarinnar

Le prolétariat doit se constituer en nation

öreigastéttin verður að gera sig að þjóð

elle est, jusqu'à présent, elle-même nationale, mais pas dans le sens bourgeois du mot

hún er enn sem komið er sjálf þjóðleg, þó ekki í borgarastéttarlegum skilningi þess orðs

Les différences nationales et les antagonismes entre les peuples s'estompent chaque jour davantage

Þjóðernismunur og andstæður milli þjóða hverfa daglega meira og meira

grâce au développement de la bourgeoisie, à la liberté du commerce, au marché mondial

vegna þróunar borgarastéttarinnar, viðskiptafrelsis, heimsmarkaðarins

à l'uniformité du mode de production et des conditions de vie qui y correspondent

einsleitni í framleiðsluháttum og lífsskilyrðum sem þeim fylgja

La suprématie du prolétariat les fera disparaître encore plus vite

Yfirburðir öreigastéttarinnar munu valda því að þeir hverfa enn hraðar

L'action unie, du moins dans les principaux pays civilisés,
est une des premières conditions de l'émancipation du
prolétariat
Sameinaðar aðgerðir, að minnsta kosti helstu siðmenntuðu
ríkjanna, eru eitt fyrsta skilyrðið fyrir frelsi öreigastéttarinnar
Dans la mesure où l'exploitation d'un individu par un autre
prendra fin, l'exploitation d'une nation par une autre
prendra également fin à
Að sama skapi og arðráni annars á einum einstaklingi er
stöðvað, verður einnig bundið enda á arðrán annarrar þjóðar
À mesure que l'antagonisme entre les classes à l'intérieur de
la nation disparaîtra, l'hostilité d'une nation envers une
autre prendra fin
Um leið og andstæðan milli stétta innan þjóðarinnar hverfur,
mun fjandskap einnar þjóðar við aðra líða undir lok
Les accusations portées contre le communisme d'un point de
vue religieux, philosophique et, en général, idéologique, ne
méritent pas d'être examinées sérieusement
Ásakanirnar á hendur kommúnismanum, sem settar eru fram
út frá trúarlegu, heimspekilegu og almennt
hugmyndafræðilegu sjónarmiði, verðskulda ekki alvarlega
skoðun
Faut-il une intuition profonde pour comprendre que les
idées, les vues et les conceptions de l'homme changent à
chaque changement dans les conditions de son existence
matérielle ?
Þarf djúpt innsæi til að skilja að hugmyndir, skoðanir og
hugmyndir mannsins breytast með hverri breytingu á
efnislegum tilveruskilyrðum hans?
N'est-il pas évident que la conscience de l'homme change
lorsque ses relations sociales et sa vie sociale changent ?
Er ekki augljóst að vitund mannsins breytist þegar félagsleg
tengsl hans og félagslíf breytast?
Qu'est-ce que l'histoire des idées prouve d'autre, sinon que
la production intellectuelle change de caractère à mesure que
la production matérielle se modifie ?

Hvað annað sannar hugmyndasagan en að vitsmunaleg framleiðsla breytir eðli sínu í réttu hlutfalli við efnislega framleiðslu?

Les idées dominantes de chaque époque ont toujours été les idées de sa classe dirigeante

Ríkjandi hugmyndir hverrar aldar hafa alltaf verið hugmyndir valdastéttar hennar

Quand on parle d'idées qui révolutionnent la société, on n'exprime qu'un seul fait

Þegar fólk talar um hugmyndir sem umbylta samfélaginu tjáir það aðeins eina staðreynd

Au sein de l'ancienne société, les éléments d'une nouvelle société ont été créés

Innan gamla samfélagsins hafa þættir nýs skapast

et que la dissolution des vieilles idées va de pair avec la dissolution des anciennes conditions d'existence

og að upplausn hinna gömlu hugmynda heldur í við upplausn hinna gömlu tilveruskilyrða

Lorsque le monde antique était dans ses dernières affresses, les anciennes religions ont été vaincues par le christianisme

Þegar hinn forni heimur var í sínum síðustu þrengingum voru hin fornu trúarbrögð yfirbuguð af kristni

Lorsque les idées chrétiennes ont succombé au XVIIIe siècle aux idées rationalistes, la société féodale a mené une bataille à mort contre la bourgeoisie alors révolutionnaire

Þegar kristnar hugmyndir féllu á 18. öld fyrir skynsemishyggjuhugmyndum háði lénssamfélagið dauðabaráttu sína við þáverandi byltingarsinnaða borgarastétt

Les idées de liberté religieuse et de liberté de conscience n'ont fait qu'exprimer l'emprise de la libre concurrence dans le domaine de la connaissance

Hugmyndir um trúfrelsi og samviskufrelsi tjáðu aðeins vald frjálsrar samkeppni á sviði þekkingar

« Sans doute, dira-t-on, les idées religieuses, morales, philosophiques et juridiques ont été modifiées au cours du développement historique »

"Vafalaust," verður sagt, "hafa trúarlegar, siðferðilegar, heimspekilegar og lagalegar hugmyndir breyst í sögulegri þróun"

Mais la religion, la morale, la philosophie, la science politique et le droit ont constamment survécu à ce changement.

"En trúarbrögð, siðferðisheimspeki, stjórnmálafræði og lögfræði, lifðu stöðugt af þessa breytingu"

« Il y a aussi des vérités éternelles, telles que la Liberté, la Justice, etc. »

"Það eru líka til eilíf sannindi, eins og frelsi, réttlæti o.s.frv."

« Ces vérités éternelles sont communes à tous les états de la société »

"Þessi eilífu sannindi eru sameiginleg öllum ríkjum þjóðfélagsins"

« Mais le communisme abolit les vérités éternelles, il abolit toute religion et toute morale »

"En kommúnisminn afnemur eilíf sannindi, hann afnemur öll trúarbrögð og allt siðferði"

« il fait cela au lieu de les constituer sur une nouvelle base »

"Það gerir þetta í stað þess að mynda þau á nýjum grunni"

« Elle agit donc en contradiction avec toute l'expérience historique passée »

"hún virkar því í mótsögn við alla fyrri sögulega reynslu"

À quoi se réduit cette accusation ?

Í hvað minnkar þessi ásökun sig?

L'histoire de toute la société passée a consisté dans le développement d'antagonismes de classe

Saga allra fyrri samfélaga hefur falist í þróun stéttaandstæðna

antagonismes qui ont pris des formes différentes selon les époques

andstæður sem tóku á sig mismunandi myndir á mismunandi tímum

Mais quelle que soit la forme qu'ils aient prise, un fait est commun à tous les âges passés

En hvaða mynd sem þau kunna að hafa tekið á sig, þá er ein
staðreynd sameiginleg öllum liðnum öldum
l'exploitation d'une partie de la société par l'autre
arðrán annars hluta samfélagsins af hinu
**Il n'est donc pas étonnant que la conscience sociale des âges
passés se meuve à l'intérieur de certaines formes communes
ou d'idées générales**
Það er því engin furða að félagsleg vitund fyrri alda hreyfist
innan ákveðinna sameiginlegra forma eða almennra
hugmynda
(et ce, malgré toute la multiplicité et la variété qu'il affiche)
(og það er þrátt fyrir alla fjölbreytnina og fjölbreytnina sem
það sýnir)
**et ceux-ci ne peuvent disparaître complètement qu'avec la
disparition totale des antagonismes de classe**
og þetta getur ekki horfið alveg nema með því að
stéttaandstæðurnar hverfa algerlega
**La révolution communiste est la rupture la plus radicale avec
les rapports de propriété traditionnels**
Kommúnistabyltingin er róttækasta rofið á hefðbundnum
eignatengslum
**Il n'est donc pas étonnant que son développement implique
la rupture la plus radicale avec les idées traditionnelles**
engin furða að þróun þess feli í sér róttækasta rof við
hefðbundnar hugmyndir
**Mais finissons-en avec les objections de la bourgeoisie
contre le communisme**
En við skulum vera búin með andmæli borgarastéttarinnar
gegn kommúnisma
**Nous avons vu plus haut le premier pas de la révolution de
la classe ouvrière**
Við höfum séð hér að ofan fyrsta skref verkalýðsins í
byltingunni
**Le prolétariat doit être élevé à la position de dirigeant, pour
gagner la bataille de la démocratie**

Öreigastéttin verður að rísa upp í þá stöðu að ráða, til að vinna
baráttuna um lýðræðið
**Le prolétariat usera de sa suprématie politique pour arracher
peu à peu tout le capital à la bourgeoisie**
Öreigastéttin mun nota pólitíska yfirburði sína til að hrifsa
smám saman allt fjármagn af borgarastéttinni
**elle centralisera tous les instruments de production entre les
mains de l'État**
það mun miðstýra öllum framleiðslutækjum í höndum ríkisins
**En d'autres termes, le prolétariat s'est organisé en classe
dominante**
með öðrum orðum, öreigastéttin skipulögð sem valdastétt
**et elle augmentera le plus rapidement possible le total des
forces productives**
og það mun auka heildarframleiðsluaflið eins hratt og auðið er
**Bien sûr, au début, cela ne peut se faire qu'au moyen
d'incursions despotiques dans les droits de propriété**
Auðvitað er ekki hægt að gera þetta í upphafi nema með
einræðislegum innrásum í eignarréttinn
**et elle doit être réalisée dans les conditions de la production
bourgeoise**
og það verður að ná fram á forsendum borgarastéttarinnar
**Elle est donc réalisée au moyen de mesures qui semblent
économiquement insuffisantes et intenables**
Það er því náð með ráðstöfunum sem virðast efnahagslega
ófullnægjandi og óviðunandi
**mais ces moyens, dans le cours du mouvement, se dépassent
d'eux-mêmes**
en þessar aðferðir fara fram úr sjálfum sér á meðan á
hreyfingunni stendur
**elles nécessitent de nouvelles incursions dans l'ancien ordre
social**
þær krefjast frekari innrásar í gamla þjóðfélagsskipanina
**et ils sont inévitables comme moyen de révolutionner
entièrement le mode de production**
og þær eru óhjákvæmilegar til að gjörbylta framleiðsluháttum

Ces mesures seront bien sûr différentes selon les pays
Þessar ráðstafanir verða auðvitað mismunandi í mismunandi
löndum
**Néanmoins, dans les pays les plus avancés, ce qui suit sera
assez généralement applicable**
Engu að síður í þróuðustu löndunum mun eftirfarandi eiga
nokkuð almennt við
**1. L'abolition de la propriété foncière et l'affectation de
toutes les rentes foncières à des fins publiques.**
1. Afnám eignarréttar á landi og beiting allrar leigu á landi til
opinberra nota.
2. Un impôt sur le revenu progressif ou progressif lourd.
2. Þungur stighækkandi eða þrepaskiptur tekjuskattur.
3. Abolition de tout droit d'héritage.
3. Afnám alls erfðaréttar.
4. Confiscation des biens de tous les émigrés et rebelles.
4. Upptaka eigna allra brottfluttra og uppreisnarmanna.
**5. Centralisation du crédit entre les mains de l'État, au
moyen d'une banque nationale à capital d'État et monopole
exclusif.**
5. Miðstýring lánsfjár í höndum ríkisins með ríkisbanka með
ríkisfé og einkaeinokun.
**6. Centralisation des moyens de communication et de
transport entre les mains de l'État.**
6. Miðstýring samskipta- og flutningatækja í höndum ríkisins.
**7. Extension des usines et des instruments de production
appartenant à l'État**
7. Stækkun verksmiðja og framleiðslutækja í eigu ríkisins
**la mise en culture des terres incultes, et l'amélioration du sol
en général d'après un plan commun.**
að rækta auðnlendi og bæta jarðveginn almennt í samræmi við
sameiginlega áætlun.
8. Responsabilité égale de tous vis-à-vis du travail
8. Jöfn ábyrgð allra gagnvart vinnuafli
**Mise en place d'armées industrielles, notamment pour
l'agriculture.**

Stofnun iðnaðarherja, sérstaklega fyrir landbúnað.

9. Combinaison de l'agriculture et des industries manufacturières

9. Samsetning landbúnaðar og framleiðsluiðnaðar

l'abolition progressive de la distinction entre la ville et la campagne, par une répartition plus égale de la population sur le territoire.

smám saman afnám aðgreiningar milli borgar og sveita, með jafnari dreifingu íbúa um landið.

10. Gratuité de l'éducation pour tous les enfants dans les écoles publiques.

10. Ókeypis menntun fyrir öll börn í opinberum skólum.

Abolition du travail des enfants dans les usines sous sa forme actuelle

Afnám verksmiðjuvinnu barna í núverandi mynd

Combinaison de l'éducation et de la production industrielle

Sambland menntunar og iðnaðarframleiðslu

Quand, au cours du développement, les distinctions de classe ont disparu

Þegar, í þróunarferlinu, hefur stéttamunur horfið

et quand toute la production aura été concentrée entre les mains d'une vaste association de toute la nation

og þegar öll framleiðsla hefur safnast saman í höndum mikils félags allrar þjóðarinnar

alors la puissance publique perdra son caractère politique

þá missir hið opinbera vald pólitískt eðli sitt

Le pouvoir politique, proprement dit, n'est que le pouvoir organisé d'une classe pour en opprimer une autre

Pólitískt vald, sem svo er kallað, er aðeins skipulagt vald einnar stéttar til að kúga aðra

Si le prolétariat, dans sa lutte contre la bourgeoisie, est contraint, par la force des choses, de s'organiser en classe

Ef öreigastéttin í baráttu sinni við borgarastéttina er neydd til að skipuleggja sig sem stétt vegna aðstæðna

si, par une révolution, elle se fait la classe dominante

ef hún gerir sjálfa sig að valdastétt með byltingu

et, en tant que telle, elle balaie par la force les anciennes conditions de production

og sem slík sópar hún burt með valdi gömlum framleiðsluskilyrðum

alors, avec ces conditions, elle aura balayé les conditions d'existence des antagonismes de classes et des classes en général

þá mun það, ásamt þessum skilyrðum, hafa sópað burt skilyrðunum fyrir tilvist stéttaandstæðna og stétta almennt

et aura ainsi aboli sa propre suprématie en tant que classe.

og mun þar með hafa afnumið eigin yfirráð sem stétt.

A la place de l'ancienne société bourgeoise, avec ses classes et ses antagonismes de classes, nous aurons une association

Í stað gamla borgarastéttarfélagsins, með stéttum sínum og stéttaandstæðum, munum við hafa félag

une association dans laquelle le libre développement de chacun est la condition du libre développement de tous

félag þar sem frjáls þróun hvers og eins er skilyrði frjálsrar þróunar allra

1) Le socialisme réactionnaire
1) Afturhaldssamur sósíalismi

a) Le socialisme féodal
a) Feudal sósíalismi

les aristocraties de France et d'Angleterre avaient une position historique unique
aðalsmenn Frakklands og Englands höfðu einstaka sögulega stöðu
c'est devenu leur vocation d'écrire des pamphlets contre la société bourgeoise moderne
það varð köllun þeirra að skrifa bæklinga gegn nútíma borgarastéttarsamfélagi
Dans la révolution française de juillet 1830 et dans l'agitation réformiste anglaise
Í frönsku byltingunni í júlí 1830 og í ensku umbótaæsingnum
Ces aristocraties succombèrent de nouveau à l'odieux parvenu
Þessir aðalsmenn féllu aftur fyrir hatursfullum uppreisnarmanni
Dès lors, il n'était plus question d'une lutte politique sérieuse
Upp frá því kom alvarleg pólitísk keppni alls ekki til greina
Tout ce qui restait possible, c'était une bataille littéraire, pas une véritable bataille
Það eina sem eftir var var bókmenntabarátta, ekki raunveruleg barátta
Mais même dans le domaine de la littérature, les vieux cris de la période de la restauration étaient devenus impossibles
En jafnvel á sviði bókmennta voru gömlu hrópin um endurreisnartímabilið orðin ómöguleg
Pour s'attirer la sympathie, l'aristocratie était obligée de perdre de vue, semble-t-il, ses propres intérêts
Til þess að vekja samúð neyddust aðalsmenn til að missa sjónar, að því er virðist, á eigin hagsmunum

et ils ont été obligés de formuler leur réquisitoire contre la bourgeoisie dans l'intérêt de la classe ouvrière exploitée

og þeir voru neyddir til að móta ákæru sína á hendur borgarastéttinni í þágu arðrændu verkalýðsstéttarinnar

C'est ainsi que l'aristocratie prit sa revanche en chantant des pamphlets sur son nouveau maître

Þannig hefndi aðalsstéttin sín með því að syngja læðingar um nýja húsbónda sinn

et ils prirent leur revanche en lui murmurant à l'oreille de sinistres prophéties de catastrophe à venir

og þeir hefndu sín með því að hvísla í eyru hans óheillavænlegum spádómum um komandi hörmungar

C'est ainsi qu'est né le socialisme féodal : moitié lamentation, moitié moquerie

Á þennan hátt varð til feudal sósíalismi: hálft harmakvein, hálft háðsglósa

Il sonnait comme un demi-écho du passé, et projetait une demi-menace de l'avenir

það hljómaði sem hálft bergmál fortíðar og varpaði hálfri ógn af framtíðinni

parfois, par sa critique acerbe, spirituelle et incisive, il frappait la bourgeoisie au plus profond de lui-même

stundum sló hún borgarastéttina inn í hjarta sitt með beiskri, hnyttinni og beittri gagnrýni sinni

mais elle a toujours été ridicule dans son effet, par l'incapacité totale de comprendre la marche de l'histoire moderne

en hún var alltaf fáránleg í áhrifum sínum, vegna algerrar vangetu til að skilja framvindu nútímasögunnar

L'aristocratie, pour rallier le peuple à elle, agitait le sac d'aumône prolétarien en guise de bannière

Aðalsstéttin, til að fylkja fólkinu að sér, veifaði öreiga-ölmusupokanum fyrir framan borða

Mais le peuple, toutes les fois qu'il se joignait à lui, voyait sur son arrière-train les anciennes armoiries féodales

En svo oft sem það slóst í för með þeim, sá fólkið á afturhluta
sér gömlu lénsskjaldarmerkin
et ils désertèrent avec des rires bruyants et irrévérencieux
og þeir hurfu frá með háværum og virðingarlausum hlátri
Une partie des légitimistes français et de la « Jeune
Angleterre » offrit ce spectacle
Einn hluti Frönsku lögmætissinnanna og "Unga Englands"
sýndi þetta sjónarspil
les féodaux ont fait remarquer que leur mode d'exploitation
était différent de celui de la bourgeoisie
lénssinnarnir bentu á að arðrán þeirra væri öðruvísi en
borgarastéttarinnar
Les féodaux oublient qu'ils ont exploité dans des
circonstances et des conditions tout à fait différentes
Lénsmennirnir gleyma því að þeir nýttu sér við aðstæður og
aðstæður sem voru allt aðrar
Et ils n'ont pas remarqué que de telles méthodes
d'exploitation sont maintenant désuètes
og þeir tóku ekki eftir því að slíkar aðferðir við arðrán eru nú
úreltar
Ils ont montré que, sous leur domination, le prolétariat
moderne n'a jamais existé
þeir sýndu að undir stjórn þeirra var nútíma öreigastéttin
aldrei til
mais ils oublient que la bourgeoisie moderne est le produit
nécessaire de leur propre forme de société
en þeir gleyma því að nútíma borgarastétt er nauðsynlegt
afsprengi þeirra eigin samfélagsforms
Pour le reste, ils dissimulent à peine le caractère
réactionnaire de leur critique
Að öðru leyti leyna þeir varla afturhaldseðli gagnrýni sinnar
Leur principale accusation contre la bourgeoisie se résume à
ceci
helsta ásökun þeirra á hendur borgarastéttinni er eftirfarandi
sous le régime bourgeois, une classe sociale se développe

undir stjórn borgarastéttarinnar er verið að þróast
þjóðfélagsstétt

**Cette classe sociale est destinée à découper de fond en
comble l'ancien ordre de la société**

þessari þjóðfélagsstétt er ætlað að róta upp rótum og greina
gamla þjóðfélagsskipan

**Ce qu'ils reprochent à la bourgeoisie, ce n'est pas tant
qu'elle crée un prolétariat**

Það sem þeir ávíta borgarastéttina fyrir er ekki svo mikið að
það skapi öreigastétt.

**ce qu'ils reprochent à la bourgeoisie, c'est plutôt de créer un
prolétariat révolutionnaire**

það sem þeir ávíta borgarastéttina fyrir er meira að hún skapi
byltingarsinnaða öreigalýð

**Dans la pratique politique, ils se joignent donc à toutes les
mesures coercitives contre la classe ouvrière**

Í stjórnmálum taka þeir því þátt í öllum þvingunaraðgerðum
gegn verkalýðnum

**Et dans la vie ordinaire, malgré leurs phrases hautaines, ils
s'abaissent à ramasser les pommes d'or tombées de l'arbre
de l'industrie**

og í daglegu lífi, þrátt fyrir háfalutin frasa sína, beygja þeir sig
til að taka upp gullnu eplini sem falla hafa verið af tré
iðnaðarins

**et ils troquent la vérité, l'amour et l'honneur contre le
commerce de la laine, du sucre de betterave et de l'eau-de-
vie de pommes de terre**

og þeir skipta á sannleika, ást og heiðri fyrir verslun með ull,
rauðrófusykur og kartöflubrennivín

**De même que le pasteur a toujours marché main dans la
main avec le propriétaire foncier, il en a été de même du
socialisme clérical et du socialisme féodal**

Eins og presturinn hefur alltaf haldist í hendur við
leigusalann, þannig hefur klerkasósíalismi og feudal sósíalismi
gert það

Rien n'est plus facile que de donner à l'ascétisme chrétien une teinte socialiste

Ekkert er auðveldara en að gefa kristinni ásatrú sósíalískum blæ

Le christianisme n'a-t-il pas déclamé contre la propriété privée, contre le mariage, contre l'État ?

Hefur ekki kristindómurinn lýst yfir gegn einkaeign, gegn hjónabandi, gegn ríkinu?

Le christianisme n'a-t-il pas prêché à la place de la charité et de la pauvreté ?

Hefur kristindómurinn ekki prédikað í stað þessa, kærleika og fátækt?

Le christianisme ne prêche-t-il pas le célibat et la mortification de la chair, de la vie monastique et de l'Église mère ?

Prédikar kristindómurinn ekki einlífi og dauðsföll holdsins, klausturlíf og móðurkirkju?

Le socialisme chrétien n'est que l'eau bénite avec laquelle le prêtre consacre les brûlures du cœur de l'aristocrate

Kristinn sósíalismi er aðeins hið heilaga vatn sem presturinn helgar hjartasviða aðalsmannsins með

b) Le socialisme petit-bourgeois
b) Smáborgaralegur sósíalismi

L'aristocratie féodale n'est pas la seule classe ruinée par la bourgeoisie
Feudal aðallinn var ekki eina stéttin sem var eyðilögð af borgarastéttinni
ce n'était pas la seule classe dont les conditions d'existence languissaient et périssaient dans l'atmosphère de la société bourgeoise moderne
hún var ekki eina stéttin sem hafði tilveruskilyrði sem píndust og hurfu í andrúmslofti nútíma borgarastéttarsamfélags
Les bourgeois médiévaux et les petits propriétaires paysans ont été les précurseurs de la bourgeoisie moderne
Miðaldaborgarar og smábændaeigendur voru undanfarar nútíma borgarastéttar
Dans les pays peu développés, tant au point de vue industriel que commercial, ces deux classes végètent encore côte à côte
Í þeim löndum sem eru lítt þróuð, iðnaðarlega og viðskiptalega, gróa þessir tveir flokkar enn hlið við hlið
et pendant ce temps, la bourgeoisie se lève à côté d'eux : industriellement, commercialement et politiquement
og á meðan rís borgarastéttin upp við hlið þeirra: iðnaðarlega, viðskiptalega og pólitískt
Dans les pays où la civilisation moderne s'est pleinement développée, une nouvelle classe de petite bourgeoisie s'est formée
Í löndum þar sem nútíma siðmenning er orðin fullþróuð hefur ný stétt smáborgarastéttar myndast
cette nouvelle classe sociale oscille entre le prolétariat et la bourgeoisie
þessi nýja þjóðfélagsstétt sveiflast milli öreigastéttarinnar og borgarastéttarinnar
et elle se renouvelle sans cesse en tant que partie supplémentaire de la société bourgeoise

og hún er sífellt að endurnýja sig sem viðbótarhluti af
borgarastéttarsamfélaginu
**Cependant, les membres individuels de cette classe sont
constamment précipités dans le prolétariat**
Einstökum meðlimum þessarar stéttar er hins vegar stöðugt
kastað niður í öreigastéttina
**ils sont aspirés par le prolétariat par l'action de la
concurrence**
þeir sogast til sín af öreigastéttinni með samkeppni
**Au fur et à mesure que l'industrie moderne se développe, ils
voient même approcher le moment où ils disparaîtront
complètement en tant que section indépendante de la société
moderne**
Eftir því sem nútímaiðnaður þróast sjá þeir jafnvel
augnablikið nálgast þegar þeir munu hverfa algjörlega sem
sjálfstæður hluti nútímasamfélags
**ils seront remplacés, dans les manufactures, l'agriculture et
le commerce, par des surveillants, des huissiers et des
boutiquiers**
Í stað þeirra í framleiðslu, landbúnaði og verslun koma
umsjónarmenn, fógetar og verslunarmenn
**Dans des pays comme la France, où les paysans représentent
bien plus de la moitié de la population**
Í löndum eins og Frakklandi, þar sem bændur eru mun meira
en helmingur íbúanna
**il était naturel qu'il y ait des écrivains qui se rangent du côté
du prolétariat contre la bourgeoisie**
það var eðlilegt að til væru rithöfundar sem stóðu með
öreigastéttinni gegn borgarastéttinni
**dans leur critique du régime bourgeois, ils utilisaient
l'étendard de la bourgeoisie paysanne et de la petite
bourgeoisie**
í gagnrýni sinni á borgarastéttina notuðu þeir mælikvarða
bænda og smáborgarastéttar
**et, du point de vue de ces classes intermédiaires, ils
prennent le relais de la classe ouvrière**

og frá sjónarhóli þessara millistétta taka þeir upp kúlu fyrir verkalýðinn

C'est ainsi qu'est né le socialisme petit-bourgeois, dont Sismondi était le chef de cette école, non seulement en France, mais aussi en Angleterre

Þannig varð til smáborgarastéttarsósíalismi, sem Sismondi var yfirmaður þessa skóla, ekki aðeins í Frakklandi heldur einnig í Englandi

Cette école du socialisme a disséqué avec une grande acuité les contradictions des conditions de la production moderne

Þessi skóli sósíalismans krufði af mikilli nákvæmni mótsagnirnar í aðstæðum nútíma framleiðslu

Cette école a mis à nu les excuses hypocrites des économistes

Þessi skóli afhjúpaði hræsnisfulla afsökunarbeiðni hagfræðinga

Cette école prouva sans conteste les effets désastreux du machinisme et de la division du travail

Þessi skóli sannaði, óumdeilanlega, hörmulegar afleiðingar véla og verkaskiptingar

elle prouvait la concentration du capital et de la terre entre quelques mains

það sannaði samþjöppun fjármagns og lands á fáum höndum

elle a prouvé comment la surproduction conduit à des crises bourgeoises

hún sannaði hvernig offramleiðsla leiðir til kreppu borgarastéttarinnar

il soulignait la ruine inévitable de la petite bourgeoisie et des paysans

hún benti á óhjákvæmilega eyðileggingu smáborgarastéttarinnar og bændanna

la misère du prolétariat, l'anarchie de la production, les inégalités criantes dans la répartition des richesses

eymd öreigastéttarinnar, stjórnleysi í framleiðslunni, hrópandi ójöfnuður í dreifingu auðs

Il a montré comment le système de production mène la guerre industrielle d'extermination entre les nations

Það sýndi hvernig framleiðslukerfið leiðir iðnaðarstríð
útrýmingar milli þjóða
la dissolution des vieux liens moraux, des vieilles relations
familiales, des vieilles nationalités
upplausn gamalla siðferðisbanda, gömlu
fjölskyldutengslanna, gömlu þjóðernanna
Dans ses objectifs positifs, cependant, cette forme de
socialisme aspire à réaliser l'une des deux choses suivantes
Í jákvæðum markmiðum sínum leitast þessi tegund sósíalisma
hins vegar við að ná öðru af tvennu
soit elle vise à restaurer les anciens moyens de production et
d'échange
annað hvort miðar það að því að endurreisa gömlu
framleiðslu- og skiptiaðferðirnar
et avec les anciens moyens de production, elle rétablirait les
anciens rapports de propriété et l'ancienne société
og með gömlu framleiðslutækjunum myndi það endurreisa
gömul eignatengsl og gamla samfélagið
ou bien elle vise à enfermer les moyens modernes de
production et d'échange dans l'ancien cadre des rapports de
propriété
eða það miðar að því að þrengja nútíma framleiðslu- og
skiptimáta inn í gamla ramma eignatengslanna
Dans un cas comme dans l'autre, elle est à la fois
réactionnaire et utopique
Í báðum tilvikum er það bæði afturhaldssamt og útópískt
Ses derniers mots sont : guildes corporatives pour la
fabrication, relations patriarcales dans l'agriculture
Síðustu orð þess eru: fyrirtækjafélög fyrir framleiðslu,
feðraveldistengsl í landbúnaði
En fin de compte, lorsque les faits historiques obstinés ont
dispersé tous les effets enivrants de l'auto-tromperie
Að lokum, þegar þrjóskar sögulegar staðreyndir höfðu dreift
öllum vímuáhrifum sjálfsblekkingar
cette forme de socialisme se termina par un misérable accès
de pitié

þessi tegund sósíalisma endaði með ömurlegu
meðaumkunarkasti

c) Le socialisme allemand, ou « vrai »
c) Þýskur, eða "sannur" sósíalismi

**La littérature socialiste et communiste de France est née sous
la pression d'une bourgeoisie au pouvoir**
Sósíalískar og kommúnískar bókmenntir Frakklands urðu til
undir þrýstingi borgarastéttar við völd
**Et cette littérature était l'expression de la lutte contre ce
pouvoir**
og þessar bókmenntir voru tjáning baráttunnar gegn þessu
valdi
**elle a été introduite en Allemagne à une époque où la
bourgeoisie venait de commencer sa lutte contre
l'absolutisme féodal**
hún var kynnt til Þýskalands á þeim tíma þegar borgarastéttin
var nýbyrjuð í baráttu sinni við einveldi lénsins
**Les philosophes allemands, les prétendus philosophes et les
beaux esprits, s'emparèrent avidement de cette littérature**
Þýskir heimspekingar, tilvonandi heimspekingar og beaux
esprits, gripu ákaft þessar bókmenntir
**mais ils oubliaient que les écrits avaient émigré de France en
Allemagne sans apporter avec eux les conditions sociales
françaises**
en þeir gleymdu því að ritin fluttust frá Frakklandi til
Þýskalands án þess að koma frönskum þjóðfélagsaðstæðum
með sér
**Au contact des conditions sociales allemandes, cette
littérature française perd toute sa signification pratique
immédiate**
Í snertingu við þýskar þjóðfélagsaðstæður misstu þessar
frönsku bókmenntir alla hagnýta þýðingu sína

**et la littérature communiste de France a pris un aspect
purement littéraire dans les cercles académiques allemands**
og kommúnískar bókmenntir Frakklands tóku á sig hreina
bókmenntalega hlið í þýskum fræðimönnum
**Ainsi, les exigences de la première Révolution française
n'étaient rien d'autre que les exigences de la « raison
pratique »**
Þannig voru kröfur fyrstu frönsku byltingarinnar ekkert annað
en kröfur "hagnýtrar skynsemi"
**et l'expression de la volonté de la bourgeoisie française
révolutionnaire signifiait à leurs yeux la loi de la volonté
pure**
og yfirlýsing viljayfirlýsingar frönsku
byltingarborgarastéttarinnar táknaði í augum þeirra lögmál
hins hreina vilja
**il signifiait la Volonté telle qu'elle devait être ; de la vraie
Volonté humaine en général**
það táknaði Will eins og það hlyti að vera; af sönnum
mannlegum vilja almennt
**Le monde des lettrés allemands ne consistait qu'à mettre les
nouvelles idées françaises en harmonie avec leur ancienne
conscience philosophique**
Heimur þýskra bókmennta fólst eingöngu í því að koma
hinum nýju frönsku hugmyndum í samræmi við forna
heimspekilega samvisku þeirra
**ou plutôt, ils ont annexé les idées françaises sans déserter
leur propre point de vue philosophique**
eða réttara sagt, þeir innlimuðu frönsku hugmyndirnar án
þess að yfirgefa sitt eigið heimspekilega sjónarmið
**Cette annexion s'est faite de la même manière que l'on
s'approprie une langue étrangère, c'est-à-dire par la
traduction**
Þessi innlimun átti sér stað á sama hátt og erlent tungumál er
eignað, nefnilega með þýðingu
**Il est bien connu comment les moines ont écrit des vies
stupides de saints catholiques sur des manuscrits**

Það er vel þekkt hvernig munkarnir skrifuðu kjánalegt líf
kaþólskra heilagra yfir handritum
**les manuscrits sur lesquels les œuvres classiques de l'ancien
paganisme avaient été écrites**
handritin sem klassísk rit fornheiðingja höfðu verið skrifuð á
**Les lettrés allemands ont inversé ce processus avec la
littérature française profane**
Þýskir bókmenntamenn sneru þessu ferli við með blótsyrðum
frönskum bókmenntum
**Ils ont écrit leurs absurdités philosophiques sous l'original
français**
Þeir skrifuðu heimspekilegt bull sitt undir frönsku frumritinu
**Par exemple, sous la critique française des fonctions
économiques de l'argent, ils ont écrit « L'aliénation de
l'humanité »**
Til dæmis, undir gagnrýni Frakka á efnahagslega virkni
peninga, skrifuðu þeir "Firring mannkynsins"
**au-dessous de la critique française de l'État bourgeois, ils
écrivaient « détrônement de la catégorie du général »**
undir gagnrýni Frakka á borgarastéttina skrifuðu þeir "afnám
flokks hershöfðingjans"
**L'introduction de ces phrases philosophiques à la fin des
critiques historiques françaises qu'ils ont baptisées :**
Innleiðing þessara heimspekilegu setninga aftan við frönsku
sagnfræðigagnrýnina sem þeir kölluðu:
**« Philosophie de l'action », « Vrai socialisme », « Science
allemande du socialisme », « Fondement philosophique du
socialisme », etc**
"Heimspeki athafna," "Sannur sósíalismi", "Þýsk vísindi um
sósíalisma", "Heimspekilegur grundvöllur sósíalisma" og svo
framvegis
**La littérature socialiste et communiste française est ainsi
complètement émasculée**
Franskar sósíalískar og kommúnískar bókmenntir voru
þannig algjörlega afmáðar

**entre les mains des philosophes allemands, elle cessa
d'exprimer la lutte d'une classe contre l'autre**

í höndum þýskra heimspekinga hætti hún að tjá baráttu
annarrar stéttar við hina

**et c'est ainsi que les philosophes allemands se sentaient
conscients d'avoir surmonté « l'unilatéralité française »**

og því fundu þýsku heimspekingarnir sig meðvitaða um að
hafa sigrast á "frönsku einhliða"

**Il n'avait pas à représenter de vraies exigences, mais plutôt
des exigences de vérité**

hún þurfti ekki að tákna sannar kröfur, heldur táknaði hún
kröfur sannleikans

**il n'y avait pas d'intérêt pour le prolétariat, mais plutôt pour
la nature humaine**

það var enginn áhugi á verkalýðnum, heldur var áhugi á
mannlegu eðli

**l'intérêt était dans l'Homme en général, qui n'appartient à
aucune classe et n'a pas de réalité**

áhuginn var á manninum almennt, sem tilheyrir engri stétt og
á sér engan veruleika

**un homme qui n'existe que dans le royaume brumeux de la
fantaisie philosophique**

maður sem er aðeins til í þokukenndu ríki heimspekilegrar
fantasíu.

**mais finalement, ce socialisme allemand d'écolier perdit
aussi son innocence pédante**

en að lokum missti þessi skólastrákur þýski sósíalisminn líka
pedantiskt sakleysi sitt

**la bourgeoisie allemande, et surtout la bourgeoisie
prussienne, luttait contre l'aristocratie féodale**

þýska borgarastéttin, og sérstaklega prússneska
borgarastéttin, börðust gegn feudal aðalsstétt

**la monarchie absolue de l'Allemagne et de la Prusse était
également combattue**

var einnig verið að brjótast gegn algjöru konungdæmi
Þýskalands og Prússlands

Et à son tour, la littérature du mouvement libéral est également devenue plus sérieuse

og aftur á móti urðu bókmenntir frjálslyndu hreyfingarinnar einnig alvarlegri

L'Allemagne a eu l'occasion longtemps souhaitée par le « vrai » socialisme de se voir offrir

Lengi þráð tækifæri Þýskalands til "sanns" sósíalisma bauðst

l'occasion de confronter le mouvement politique aux revendications socialistes

tækifæri til að takast á við stjórnmálahreyfinguna með kröfum sósíalista

l'occasion de jeter les anathèmes traditionnels contre le libéralisme

tækifærið til að varpa hefðbundnum bannorðum gegn frjálshyggjunni

l'occasion d'attaquer le gouvernement représentatif et la concurrence bourgeoise

tækifæri til að ráðast á fulltrúastjórn og samkeppni borgarastéttarinnar

Liberté de la presse bourgeoise, législation bourgeoise, liberté et égalité bourgeoise

Fjölmiðlafrelsi borgarastéttarinnar, löggjöf borgarastéttarinnar, frelsi og jafnrétti borgarastéttarinnar

Tout cela pourrait maintenant être critiqué dans le monde réel, plutôt que dans la fantaisie

Allt þetta væri nú hægt að gagnrýna í hinum raunverulega heimi, frekar en í ímyndunaraflinu

L'aristocratie féodale et la monarchie absolue prêchaient depuis longtemps aux masses

Feudal aðalsstétt og algjört konungsveldi höfðu lengi prédikað fyrir fjöldanum

« L'ouvrier n'a rien à perdre, et il a tout à gagner »

"Vinnandi maðurinn hefur engu að tapa og hann hefur öllu að vinna"

le mouvement bourgeois offrait aussi une chance de se confronter à ces platitudes

borgarastéttarhreyfingin bauð einnig upp á tækifæri til að
horfast í augu við þessar orðræður
**la critique française présupposait l'existence d'une société
bourgeoise moderne**
franska gagnrýnin gerði ráð fyrir tilvist nútíma
borgarastéttarsamfélags
**Conditions économiques d'existence de la bourgeoisie et
constitution politique de la bourgeoisie**
Efnahagsleg tilveruskilyrði borgarastéttarinnar og pólitísk
stjórnarskrá borgarastéttarinnar
**les choses mêmes dont la réalisation était l'objet de la lutte
imminente en Allemagne**
einmitt það sem var markmið yfirvofandi baráttu í Þýskalandi
**L'écho stupide du socialisme en Allemagne a abandonné ces
objectifs juste à temps**
Kjánalegt bergmál Þýskalands af sósíalisma yfirgaf þessi
markmið rétt á örskotsstundu
**Les gouvernements absolus avaient leur suite de pasteurs,
de professeurs, d'écuyers de campagne et de fonctionnaires**
alræðisstjórnirnar höfðu sitt fylgi presta, prófessora,
sveitabónda og embættismanna
**le gouvernement de l'époque a répondu aux soulèvements
de la classe ouvrière allemande par des coups de fouet et des
balles**
þáverandi ríkisstjórn mætti uppreisn þýsku verkalýðsstéttar
með barsmíðum og byssukúlum
**pour eux, ce socialisme était un épouvantail bienvenu contre
la bourgeoisie menaçante**
fyrir þeim þjónaði þessi sósíalismi sem kærkomin fuglahræða
gegn ógnandi borgarastétt
**et le gouvernement allemand a pu offrir un dessert sucré
après les pilules amères qu'il a distribuées**
og þýska ríkisstjórnin gat boðið upp á sætan eftirrétt eftir
beisku pillurnar sem hún dreifði
**ce « vrai » socialisme servait donc aux gouvernements
d'arme pour combattre la bourgeoisie allemande**

þessi "sanni" sósíalismi þjónaði þannig ríkisstjórnunum sem
vopn í baráttunni gegn þýsku borgarastéttinni
**et, en même temps, il représentait directement un intérêt
réactionnaire ; celle des Philistins allemands**
og á sama tíma táknaði það beinlínis afturhaldshagsmuni;
Þýska Filistea
**En Allemagne, la petite bourgeoisie est la véritable base
sociale de l'état de choses actuel**
Í Þýskalandi er smáborgarastéttin hinn raunverulegi félagslegi
grundvöllur núverandi ástands
**une relique du XVIe siècle qui n'a cessé de surgir sous
diverses formes**
minjar um sextándu öld sem stöðugt hefur verið að skjóta upp
kollinum í ýmsum myndum
**Conserver cette classe, c'est préserver l'état de choses
existant en Allemagne**
Að varðveita þessa stétt er að varðveita núverandi ástand í
Þýskalandi
**La suprématie industrielle et politique de la bourgeoisie
menace la petite bourgeoisie d'une destruction certaine**
Iðnaðarleg og pólitísk yfirráð borgarastéttarinnar ógna
smáborgarastéttinni með öruggri tortímingu
**d'une part, elle menace de détruire la petite bourgeoisie par
la concentration du capital**
annars vegar hótar hún að eyðileggja smáborgarastéttina með
samþjöppun fjármagns
**d'autre part, la bourgeoisie menace de la détruire par
l'avènement d'un prolétariat révolutionnaire**
á hinn bóginn hótar borgarastéttin að eyðileggja hana með
uppgangi byltingarsinnaðs öreigastéttar
**Le « vrai » socialisme semblait faire d'une pierre deux coups.
Il s'est répandu comme une épidémie**
"Sannur" sósíalismi virtist slá þessar tvær flugur í einu höggi.
Það breiddist út eins og faraldur
**La robe de toiles d'araignées spéculatives, brodée de fleurs
de rhétorique, trempée dans la rosée du sentiment maladif**

Skikkja íhugandi kóngulóarvefa, útsaumuð með blómum
mælskulistar, gegnsýrð af dögg sjúklegra tilfinninga
cette robe transcendantale dans laquelle les socialistes
allemands enveloppaient leurs tristes « vérités éternelles »
þessi yfirskilvitlega skikkja sem þýskir sósíalistar vöfðu
sorglegan "eilífan sannleika" sinn í.
tout de peau et d'os, servaient à augmenter
merveilleusement la vente de leurs marchandises auprès
d'un public aussi
allt skinn og bein, þjónaði til að auka dásamlega sölu á vörum
sínum meðal slíks almennings
Et de son côté, le socialisme allemand reconnaissait de plus
en plus sa propre vocation
Og fyrir sitt leyti viðurkenndi þýskur sósíalismi æ meira eigin
köllun
on l'appelait à être le représentant grandiloquent de la
petite-bourgeoisie philistine
hún var kölluð til að vera sprengjufullur fulltrúi
smáborgarastéttarinnar Filistea
Il proclamait que la nation allemande était la nation modèle,
et le petit philistin allemand l'homme modèle
Hún lýsti því yfir að þýska þjóðin væri fyrirmyndarþjóðin og
þýski smáfilistinn fyrirmyndarmaðurinn
À chaque méchanceté de cet homme modèle, elle donnait
une interprétation socialiste cachée, plus élevée
Sérhverri illmenni þessa fyrirmyndarmanns gaf það falna,
æðri, sósíalíska túlkun
cette interprétation socialiste supérieure était l'exact
contraire de son caractère réel
þessi æðri, sósíalíska túlkun var nákvæmlega andstæða
raunverulegs eðlis hennar
Il est allé jusqu'à s'opposer directement à la tendance «
brutalement destructrice » du communisme
Það gekk svo langt að berjast beint gegn "hrottalega
eyðileggjandi" tilhneigingu kommúnismans

et il proclamait son mépris suprême et impartial de toutes les luttes de classes

og hún lýsti yfir æðstu og óhlutdrægu fyrirlitningu sinni á allri stéttabaráttu

À de très rares exceptions près, toutes les publications dites socialistes et communistes qui circulent aujourd'hui (1847) en Allemagne appartiennent au domaine de cette littérature nauséabonde et énervante

Með örfáum undantekningum tilheyra öll svokölluð rit sósíalista og kommúnista, sem nú (1847) eru í dreifingu í Þýskalandi, léni þessara ljótu og pirrandi bókmennta

2) Le socialisme conservateur ou le socialisme bourgeois
2) Íhaldssamur sósíalismi, eða borgarastéttarsósíalismi

Une partie de la bourgeoisie est désireuse de redresser les griefs sociaux
Hluti borgarastéttarinnar þráir að bæta úr félagslegum kvörtunum
afin d'assurer la pérennité de la société bourgeoise
til að tryggja áframhaldandi tilveru borgarastéttarsamfélagsins
C'est à cette section qu'appartiennent les économistes, les philanthropes, les humanitaires
Til þessa hluta tilheyra hagfræðingar, mannvinir, mannvinir
améliorateurs de la condition de la classe ouvrière et organisateurs de la charité
bætandi ástand verkalýðsins og skipuleggjendur góðgerðarmála
membres des sociétés de prévention de la cruauté envers les animaux
Meðlimir félaga til að koma í veg fyrir grimmd gegn dýrum
fanatiques de la tempérance, réformateurs de toutes sortes imaginables
Hófsemisofstækismenn, umbótasinnar af öllum hugsanlegum gerðum
Cette forme de socialisme a, d'ailleurs, été élaborée en systèmes complets
Þessi tegund sósíalisma hefur ennfremur verið unnin í fullkomin kerfi
On peut citer la « Philosophie de la Misère » de Proudhon comme exemple de cette forme
Við getum nefnt "Philosophie de la Misère" eftir Proudhon sem dæmi um þetta form
La bourgeoisie socialiste veut tous les avantages des conditions sociales modernes
Sósíalíska borgarastéttin vill alla kosti nútíma þjóðfélagsaðstæðna

mais la bourgeoisie socialiste ne veut pas nécessairement des luttes et des dangers qui en résultent

en sósíalíska borgarastéttin vill ekki endilega þá baráttu og hættur sem af því hlýst

Ils désirent l'état actuel de la société, sans ses éléments révolutionnaires et désintégrateurs

Þeir þrá núverandi ástand samfélagsins, að frádregnum byltingarkenndum og sundrandi þáttum þess

c'est-à-dire qu'ils veulent une bourgeoisie sans prolétariat

með öðrum orðum, þeir óska eftir borgarastétt án öreigastéttar

La bourgeoisie conçoit naturellement le monde dans lequel elle est souveraine d'être la meilleure

Borgarastéttin hugsar sér náttúrulega þann heim þar sem það er æðst að vera bestur

et le socialisme bourgeois développe cette conception confortable en divers systèmes plus ou moins complets

og borgarastéttarsósíalisminn þróar þessa þægilegu hugmynd í ýmis meira og minna fullkomin kerfi

ils voudraient beaucoup que le prolétariat marche droit dans la Nouvelle Jérusalem sociale

þeir myndu mjög gjarnan vilja að öreigastéttin gengi strax inn í hina félagslegu Nýju Jerúsalem

Mais en réalité, elle exige du prolétariat qu'il reste dans les limites de la société existante

en í raun krefst það þess að öreigastéttin haldi sig innan marka núverandi samfélags

ils demandent au prolétariat de se débarrasser de toutes ses idées haineuses sur la bourgeoisie

þeir biðja öreigastéttina að varpa burt öllum hatursfullum hugmyndum sínum um borgarastéttina

il y a une seconde forme plus pratique, mais moins systématique, de ce socialisme

það er til önnur hagnýtari, en ekki eins kerfisbundin, mynd af þessum sósíalisma

Cette forme de socialisme cherchait à déprécier tout mouvement révolutionnaire aux yeux de la classe ouvrière

Þessi tegund sósíalisma reyndi að gera lítið úr sérhverri
byltingarhreyfingu í augum verkalýðsins
**Ils soutiennent qu'aucune simple réforme politique ne
pourrait leur être d'un quelconque avantage**
Þeir halda því fram að engar pólitískar umbætur geti verið
þeim til hagsbóta
**Seul un changement dans les conditions matérielles
d'existence dans les relations économiques est bénéfique**
aðeins breyting á efnislegum tilvistarskilyrðum í
efnahagslegum tengslum er til bóta
**Comme le communisme, cette forme de socialisme prône un
changement des conditions matérielles d'existence**
Líkt og kommúnismi er þessi tegund sósíalisma talsmaður
breytinga á efnislegum skilyrðum tilverunnar
**Cependant, cette forme de socialisme ne suggère nullement
l'abolition des rapports de production bourgeois**
þó bendir þetta form sósíalisma engan veginn til afnáms
framleiðslutengsla borgarastéttarinnar
**l'abolition des rapports de production bourgeois ne peut se
faire que par la révolution**
afnám framleiðslutengsla borgarastéttarinnar er aðeins hægt
að ná með byltingu
**Mais au lieu d'une révolution, cette forme de socialisme
suggère des réformes administratives**
En í stað byltingar leggur þessi tegund sósíalisma til umbóta í
stjórnsýslunni
**et ces réformes administratives seraient fondées sur la
pérennité de ces relations**
og þessar stjórnsýsluumbætur myndu byggjast á
áframhaldandi tilvist þessara samskipta
**réformes qui n'affectent en rien les rapports entre le capital
et le travail**
umbætur sem hafa ekki áhrif á tengsl fjármagns og vinnuafls
**au mieux, de telles réformes réduisent le coût et simplifient
le travail administratif du gouvernement bourgeois**

í besta falli draga slíkar umbætur úr kostnaði og einfalda
stjórnsýslustarf borgarastéttarinnar

**Le socialisme bourgeois atteint une expression adéquate
lorsque, et seulement lorsque, il devient une simple figure
de style**

Borgaralegur sósíalismi nær fullnægjandi tjáningu, þegar, og
aðeins þegar, hann verður aðeins myndmál

Le libre-échange : au profit de la classe ouvrière

Frjáls viðskipti: í þágu verkalýðsins

Les devoirs protecteurs : au profit de la classe ouvrière

Verndarskyldur: í þágu verkalýðsins

Réforme pénitentiaire : au profit de la classe ouvrière

Umbætur í fangelsismálum: í þágu verkalýðsins

**C'est le dernier mot et le seul mot sérieux du socialisme
bourgeois**

Þetta er síðasta orðið og eina alvarlega meinta orðið um
borgarastéttar-sósíalisma

**Elle se résume dans la phrase : la bourgeoisie est une
bourgeoisie au profit de la classe ouvrière**

Það er dregið saman í setningunni: Borgarastéttin er
borgarastétt í þágu verkalýðsins

3) Socialisme et communisme utopiques critiques
3) Gagnrýninn-útópískur sósíalismi og kommúnismi

Nous ne nous référons pas ici à la littérature qui a toujours donné la parole aux revendications du prolétariat
Hér er ekki átt við þær bókmenntir sem alltaf hafa gefið kröfum öreigastéttarinnar rödd

cela a été présent dans toutes les grandes révolutions modernes, comme les écrits de Babeuf et d'autres
þetta hefur verið til staðar í öllum stórum nútímabyltingum, svo sem ritum Babeufs og annarra

Les premières tentatives directes du prolétariat pour parvenir à ses propres fins échouèrent nécessairement
Fyrstu beinu tilraunir öreigastéttarinnar til að ná eigin markmiðum mistókst óhjákvæmilega

Ces tentatives ont été faites dans des temps d'effervescence universelle, lorsque la société féodale était renversée
Þessar tilraunir voru gerðar á tímum almennrar spennu, þegar lénssamfélagið var steypt af stóli

L'état alors peu développé du prolétariat a conduit à l'échec de ces tentatives
Óþróað ástand öreigastéttarinnar leiddi til þess að þessar tilraunir mistókust

et ils ont échoué en raison de l'absence des conditions économiques pour son émancipation
og þeim mistókst vegna skorts á efnahagslegum skilyrðum fyrir frelsun þess

conditions qui n'avaient pas encore été produites, et qui ne pouvaient être produites que par l'époque de la bourgeoisie
aðstæður sem enn átti eftir að skapa og gátu orðið fyrir yfirvofandi borgarastéttartímabil eitt

La littérature révolutionnaire qui accompagnait ces premiers mouvements du prolétariat avait nécessairement un caractère réactionnaire

Byltingarbókmenntirnar sem fylgdu þessum fyrstu
hreyfingum öreigastéttarinnar höfðu óhjákvæmilega
afturhaldslegt eðli

**Cette littérature inculquait l'ascétisme universel et le
nivellement social dans sa forme la plus grossière**

Þessar bókmenntir innrættu algilda ásatrú og félagslega
jöfnun í sinni grófustu mynd

**Les systèmes socialistes et communistes, proprement dits,
naissent au début de la période sous-développée**

Sósíalíska og kommúníska kerfið, sem svo er kölluð, verða til
á fyrstu óþróuðu tímabilinu

**Saint-Simon, Fourier, Owen et d'autres, ont décrit la lutte
entre le prolétariat et la bourgeoisie (voir section 1)**

Saint-Simon, Fourier, Owen og fleiri, lýstu baráttu
öreigastéttarinnar og borgarastéttarinnar (sjá kafla 1)

**Les fondateurs de ces systèmes voient, en effet, les
antagonismes de classe**

Stofnendur þessara kerfa sjá vissulega stéttaandstæðurnar

**Ils voient aussi l'action des éléments en décomposition, dans
la forme dominante de la société**

þeir sjá einnig virkni niðurbrotsefnanna, í ríkjandi
samfélagsformi

**Mais le prolétariat, encore à ses débuts, leur offre le
spectacle d'une classe sans aucune initiative historique**

En öreigastéttin býður þeim upp á sjónarspil stéttar án
nokkurs sögulegs frumkvæðis

**Ils voient le spectacle d'une classe sociale sans aucun
mouvement politique indépendant**

þeir sjá sjónarspil þjóðfélagsstéttar án sjálfstæðrar
stjórnmálahreyfingar

**Le développement de l'antagonisme de classe va de pair
avec le développement de l'industrie**

þróun stéttaandstæðna heldur í við þróun iðnaðarins

**La situation économique ne leur offre donc pas encore les
conditions matérielles de l'émancipation du prolétariat**

Þannig að efnahagsástandið býður þeim ekki enn efnisleg
skilyrði fyrir frelsi öreigastéttarinnar
Ils cherchent donc une nouvelle science sociale, de nouvelles
lois sociales, qui doivent créer ces conditions
Þeir leita því að nýjum félagsvísindum, eftir nýjum
félagslegum lögmálum, sem eiga að skapa þessar aðstæður
l'action historique, c'est céder à leur action inventive
personnelle
sögulegar athafnir eru að láta undan persónulegum
uppfinningaverkum sínum
Les conditions d'émancipation créées historiquement
doivent céder la place à des conditions fantastiques
sögulega skapaðar frelsisaðstæður eiga að víkja fyrir
stórkostlegum aðstæðum
et l'organisation de classe graduelle et spontanée du
prolétariat doit céder la place à l'organisation de la société
og hin smám saman, sjálfsprottna stéttaskipulag
öreigastéttarinnar á að víkja fyrir skipulagi samfélagsins
l'organisation de la société spécialement conçue par ces
inventeurs
skipulag samfélagsins sem þessir uppfinningamenn hafa
sérstaklega skapað
L'histoire future se résout, à leurs yeux, dans la propagande
et l'exécution pratique de leurs projets sociaux
Framtíðarsagan leysist í þeirra augum upp í áróðri og
framkvæmd félagslegra áætlana þeirra
Dans l'élaboration de leurs plans, ils ont conscience de
s'occuper avant tout des intérêts de la classe ouvrière
Við mótun áætlana sinna eru þeir meðvitaðir um að hugsa
fyrst og fremst um hagsmuni verkalýðsins
Ce n'est que du point de vue d'être la classe la plus
souffrante que le prolétariat existe pour eux
Aðeins frá því sjónarmiði að vera þjáðasta stétt er öreigastéttin
til fyrir þá
L'état sous-développé de la lutte des classes et leur propre
environnement informent leurs opinions

Óþróað ástand stéttabaráttunnar og þeirra eigið umhverfi
mótar skoðanir þeirra
**Les socialistes de ce genre se considèrent comme bien
supérieurs à tous les antagonismes de classe**
Sósíalistar af þessu tagi telja sig miklu æðri öllum
stéttaandstæðum
**Ils veulent améliorer la condition de tous les membres de la
société, même celle des plus favorisés**
Þeir vilja bæta kjör allra þjóðfélagsþegna, jafnvel þeirra sem
best mega sín
**Par conséquent, ils s'adressent habituellement à la société
dans son ensemble, sans distinction de classe**
Þess vegna höfða þeir venjulega til samfélagsins í heild, án
aðgreiningar á stéttum
**Bien plus, ils font appel à la société dans son ensemble de
préférence à la classe dirigeante**
nei, þeir höfða til samfélagsins í heild með því að kjósa frekar
valdastéttina
**Pour eux, tout ce qu'il faut, c'est que les autres comprennent
leur système**
fyrir þeim þarf það eina sem þarf að aðrir skilji kerfið þeirra
**Car comment les gens peuvent-ils ne pas voir que le
meilleur plan possible est le meilleur état possible de la
société ?**
Því hvernig getur fólk ekki séð að besta mögulega áætlunin er
fyrir besta mögulega ástand samfélagsins?
**C'est pourquoi ils rejettent toute action politique, et surtout
toute action révolutionnaire**
Þess vegna hafna þeir öllum pólitískum, og sérstaklega öllum
byltingarkenndum, aðgerðum
ils veulent arriver à leurs fins par des moyens pacifiques
þeir vilja ná markmiðum sínum með friðsamlegum hætti
**ils s'efforcent, par de petites expériences, qui sont
nécessairement vouées à l'échec**
þeir leitast við með litlum tilraunum, sem eru óhjákvæmilega
dæmdar til að mistakast

et par la force de l'exemple, ils essaient d'ouvrir la voie au nouvel Évangile social

og með krafti fordæmis reyna þeir að ryðja brautina fyrir hið nýja félagslega fagnaðarerindi

De tels tableaux fantastiques de la société future, peints à une époque où le prolétariat est encore dans un état très sous-développé

Þvílíkar stórkostlegar myndir af framtíðarsamfélagi, dregnar upp á tímum þegar öreigastéttin er enn í mjög vanþróuðu ástandi

et il n'a encore qu'une conception fantasmatique de sa propre position

og það hefur enn aðeins ævintýralega hugmynd um eigin stöðu

Mais leurs premières aspirations instinctives correspondent aux aspirations du prolétariat

en fyrstu eðlislægu þrár þeirra samsvara þrám öreigastéttarinnar

L'un et l'autre aspirent à une reconstruction générale de la société

Báðir þrá almenna endurreisn samfélagsins

Mais ces publications socialistes et communistes contiennent aussi un élément critique

En þessi rit sósíalista og kommúnista innihalda einnig mikilvægan þátt

Ils s'attaquent à tous les principes de la société existante

Þeir ráðast á allar meginreglur núverandi samfélags

C'est pourquoi ils sont remplis des matériaux les plus précieux pour l'illumination de la classe ouvrière

Þess vegna eru þeir fullir af dýrmætustu efnum til uppljómunar verkalýðsins

Ils proposent l'abolition de la distinction entre la ville et la campagne, et la famille

þeir leggja til að aðgreiningin milli borgar og sveita verði afnumin og fjölskyldunnar

la suppression de l'exercice de l'industrie pour le compte des particuliers
afnám iðnreksturs í þágu einkaaðila
et l'abolition du salariat et la proclamation de l'harmonie sociale
og afnám launakerfisins og boðun félagslegrar sáttar
la transformation des fonctions de l'État en une simple surveillance de la production
umbreytingu á störfum ríkisins í aðeins eftirlit með framleiðslunni
Toutes ces propositions ne pointent que vers la disparition des antagonismes de classe
Allar þessar tillögur benda eingöngu til þess að stéttaandstæður hverfi
Les antagonismes de classe ne faisaient alors que surgir
Stéttaandstæður voru á þessum tíma aðeins að skjóta upp kollinum
Dans ces publications, ces antagonismes de classe ne sont reconnus que dans leurs formes les plus anciennes, indistinctes et indéfinies
Í þessum ritum eru þessar stéttaandstæður aðeins viðurkenndar í elstu, ógreinilegri og óskilgreindri mynd sinni
Ces propositions ont donc un caractère purement utopique
Þessar tillögur eru því eingöngu útópískar
La signification du socialisme et du communisme critiques-utopiques est en relation inverse avec le développement historique
Mikilvægi gagnrýninn-útópísks sósíalisma og kommúnisma er í öfugu sambandi við sögulega þróun
La lutte de classe moderne se développera et continuera à prendre une forme définitive
stéttabarátta nútímans mun þróast og halda áfram að taka á sig ákveðna mynd
Cette réputation fantastique du concours perdra toute valeur pratique
Þessi frábæra staða frá keppninni mun missa allt hagnýtt gildi

Ces attaques fantastiques contre les antagonismes de classe perdront toute justification théorique
Þessar frábæru árásir á stéttaandstæður munu missa alla fræðilega réttlætingu
Les initiateurs de ces systèmes étaient, à bien des égards, révolutionnaires
Upphafsmenn þessara kerfa voru að mörgu leyti byltingarkenndir
Mais leurs disciples n'ont, dans tous les cas, formé que des sectes réactionnaires
en lærisveinar þeirra hafa í öllum tilvikum aðeins myndað afturhaldssama sértrúarsöfnuði
Ils s'en tiennent fermement aux vues originales de leurs maîtres
Þeir halda fast í upprunalegar skoðanir húsbænda sinna
Mais ces vues s'opposent au développement historique progressif du prolétariat
en þessi sjónarmið eru í andstöðu við framsækna sögulega þróun öreigastéttarinnar
Ils s'efforcent donc, et cela constamment, d'étouffer la lutte des classes
Þeir leitast því við, og það stöðugt, að deyfa stéttabaráttuna
et ils s'efforcent constamment de concilier les antagonismes de classe
og þeir leitast stöðugt við að sætta stéttaandstæðurnar
Ils rêvent encore de la réalisation expérimentale de leurs utopies sociales
Þær dreymir enn um tilraunakennda framkvæmd félagslegra útópía sinna
ils rêvent encore de fonder des « phalanstères » isolés et d'établir des « colonies d'origine »
þá dreymir enn um að stofna einangraða "phalansteres" og stofna "heimanýlendur"
ils rêvent de mettre en place une « Petite Icarie » – éditions duodecimo de la Nouvelle Jérusalem

þá dreymir um að setja upp "Litlu Íkaríu" – duodecimo
útgáfur af Nýju Jerúsalem

Et ils rêvent de réaliser tous ces châteaux dans les airs
og þá dreymir um að gera alla þessa kastala í loftinu að
veruleika

**Ils sont obligés de faire appel aux sentiments et aux bourses
des bourgeois**
þeir neyðast til að höfða til tilfinninga og veskja
borgarastéttarinnar

**Peu à peu, ils s'enfoncent dans la catégorie des socialistes
conservateurs réactionnaires décrits ci-dessus**
Smám saman sökkva þeir í flokk afturhaldssamra íhaldssamra
sósíalista sem lýst er hér að ofan

**ils ne diffèrent de ceux-ci que par une pédanterie plus
systématique**
þeir eru aðeins frábrugðnir þessum með kerfisbundnari
pedantry

**et ils diffèrent par leur croyance fanatique et superstitieuse
aux effets miraculeux de leur science sociale**
og þeir eru frábrugðnir með ofstækisfullri og hjátrúarfullri trú
sinni á kraftaverkaáhrif félagsvísinda sinna

**Ils s'opposent donc violemment à toute action politique de
la part de la classe ouvrière**
Þeir eru því harðlega andvígir öllum pólitískum aðgerðum af
hálfu verkalýðsins

**une telle action, selon eux, ne peut résulter que d'une
incrédulité aveugle dans le nouvel Évangile**
slíkar athafnir, samkvæmt þeim, geta aðeins stafað af blindri
vantrú á nýja fagnaðarerindið

**Les owénistes en Angleterre et les fouriéristes en France
s'opposent respectivement aux chartistes et aux réformistes**
Owenítar í Englandi og Fourieristar í Frakklandi, í sömu röð,
eru andsnúnir chartistum og "Réformistes"

Position des communistes par rapport aux divers partis d'opposition existants

Afstaða kommúnista gagnvart hinum ýmsu andstæðu flokkum sem fyrir voru

La section II a mis en évidence les relations des communistes avec les partis ouvriers existants

II. kafli hefur skýrt tengsl kommúnista við núverandi verkalýðsflokka

comme les chartistes en Angleterre et les réformateurs agraires en Amérique

eins og chartistarnir í Englandi og landbúnaðarsiðbótarmennirnir í Ameríku

Les communistes luttent pour la réalisation des objectifs immédiats

Kommúnistar berjast fyrir því að nást markmiðunum

Ils luttent pour l'application des intérêts momentanés de la classe ouvrière

þeir berjast fyrir því að framfylgja augnablikshagsmunum verkalýðsins

Mais dans le mouvement politique d'aujourd'hui, ils représentent et s'occupent aussi de l'avenir de ce mouvement

en í stjórnmálahreyfingu nútímans eru þeir einnig fulltrúar og sjá um framtíð þeirrar hreyfingar

En France, les communistes s'allient avec les social-démocrates

Í Frakklandi ganga kommúnistar í bandalag við sósíaldemókrata

et ils se positionnent contre la bourgeoisie conservatrice et radicale

og þeir stilla sér upp gegn íhaldssamri og róttækri borgarastétt

cependant, ils se réservent le droit d'adopter une position critique à l'égard des phrases et des illusions traditionnellement héritées de la grande Révolution

þó áskilja þeir sér rétt til að taka gagnrýna afstöðu með tilliti
til frasa og blekkinga sem hefð er fyrir frá byltingunni miklu
En Suisse, ils soutiennent les radicaux, sans perdre de vue
que ce parti est composé d'éléments antagonistes
Í Sviss styðja þeir róttæklingana, án þess að missa sjónar á því
að þessi flokkur samanstendur af andstæðingum
en partie des socialistes démocrates, au sens français du
terme, en partie de la bourgeoisie radicale
að hluta til af lýðræðislegum sósíalistum, í frönskum skilningi,
að hluta af róttækri borgarastétt
En Pologne, ils soutiennent le parti qui insiste sur la
révolution agraire comme condition première de
l'émancipation nationale
Í Póllandi styðja þeir flokkinn sem krefst
landbúnaðarbyltingar sem aðalskilyrði þjóðfrelsis
ce parti qui fomenta l'insurrection de Cracovie en 1846
flokkurinn sem kynti undir uppreisninni í Kraká árið 1846
En Allemagne, ils luttent avec la bourgeoisie chaque fois
qu'elle agit de manière révolutionnaire
Í Þýskalandi berjast þeir við borgarastéttina hvenær sem hún
hegðar sér á byltingarkenndan hátt
contre la monarchie absolue, l'escroc féodal et la petite
bourgeoisie
gegn algjöru konungsveldinu, lénsríkinu og
smáborgarastéttinni
Mais ils ne cessent jamais, un seul instant, inculquer à la
classe ouvrière une idée particulière
En þeir hætta aldrei, eitt andartak, að innræta verkalýðnum
eina ákveðna hugmynd
la reconnaissance la plus claire possible de l'antagonisme
hostile entre la bourgeoisie et le prolétariat
skýrasta mögulega viðurkenning á fjandsamlegri andstöðu
borgarastéttar og öreigastéttar
afin que les ouvriers allemands puissent immédiatement
utiliser les armes dont ils disposent

svo að þýskir verkamenn geti strax notað þau vopn sem þeir hafa yfir að ráða

les conditions sociales et politiques que la bourgeoisie doit nécessairement introduire en même temps que sa suprématie

félagslegum og pólitískum aðstæðum sem borgarastéttin verður óhjákvæmilega að innleiða ásamt yfirburðum sínum

la chute des classes réactionnaires en Allemagne est inévitable

fall afturhaldsstéttanna í Þýskalandi er óumflýjanlegt

et alors la lutte contre la bourgeoisie elle-même peut commencer immédiatement

og þá gæti baráttan gegn borgarastéttinni sjálfri hafist þegar í stað

Les communistes tournent leur attention principalement vers l'Allemagne, parce que ce pays est à la veille d'une révolution bourgeoise

Kommúnistar beina athygli sinni aðallega að Þýskalandi, vegna þess að það land er á barmi borgarastéttarbyltingar

une révolution qui ne manquera pas de s'accomplir dans des conditions plus avancées de la civilisation européenne

byltingu sem hlýtur að fara fram við þróaðri aðstæður evrópskrar siðmenningar

Et elle ne manquera pas de se faire avec un prolétariat beaucoup plus développé

og það hlýtur að fara fram með miklu þróaðri öreigastétt.

un prolétariat plus avancé que celui de l'Angleterre au XVIIe siècle, et celui de la France au XVIIIe siècle

öreigastétt, lengra komin en í Englandi, var á sautjándu öld og Frakklands á átjándu öld

et parce que la révolution bourgeoise en Allemagne ne sera que le prélude d'une révolution prolétarienne qui suivra immédiatement

og vegna þess að borgarabyltingin í Þýskalandi verður aðeins undanfari öreigabyltingar sem fylgir strax í kjölfarið

Bref, partout les communistes soutiennent tout mouvement révolutionnaire contre l'ordre social et politique existant
Í stuttu máli, kommúnistar styðja alls staðar sérhverja byltingarhreyfingu gegn ríkjandi félagslegri og pólitískri skipan
Dans tous ces mouvements, ils mettent au premier plan, comme la question maîtresse de chacun d'eux, la question de la propriété
Í öllum þessum hreyfingum draga þeir fram á sjónarsviðið, sem aðalspurninguna í hverri og einni, eignaspurninguna
quel que soit son degré de développement dans ce pays à ce moment-là
Sama hversu mikill þróun þess er í því landi á þeim tíma
Enfin, ils œuvrent partout pour l'union et l'accord des partis démocratiques de tous les pays
Loks vinna þeir alls staðar fyrir sameiningu og samkomulag lýðræðisflokka allra landa
Les communistes dédaignent de dissimuler leurs vues et leurs objectifs
Kommúnistar fyrirlíta að leyna skoðunum sínum og markmiðum
Ils déclarent ouvertement que leurs fins ne peuvent être atteintes que par le renversement par la force de toutes les conditions sociales existantes
Þeir lýsa því yfir opinberlega að markmiðum þeirra verði aðeins náð með því að kollvarpa öllum núverandi þjóðfélagsaðstæðum með valdi
Que les classes dirigeantes tremblent devant une révolution communiste
Látum valdastéttina skjálfa yfir kommúnískri byltingu
Les prolétaires n'ont rien d'autre à perdre que leurs chaînes
Öreigarnir hafa engu að tapa nema fjötrum sínum
Ils ont un monde à gagner
Þeir hafa heiminn að vinna
TRAVAILLEURS DE TOUS LES PAYS, UNISSEZ-VOUS !
VINNANDI MENN ALLRA LANDA, SAMEINIST!